युरोपातील आरंभीच्या विद्यापीठांचा उदय

सालेर्नो, बोलोग्ना आणि पॅरिस

AA000971

रवींद्र लक्ष्मण लोणकर

डायमंड पब्लिकेशन्स

युरोपातील आरंभीच्या विद्यापीठांचा उदय
रवींद्र लक्ष्मण लोणकर

Europatil Aarambhichya Vidyapithancha Uday
Ravindra Laxman Lonkar

पहिली आवृत्ती : मे, २०१९

ISBN 978-93-86401-64-9

© डायमंड पब्लिकेशन्स, २०१९

मुखपृष्ठ
शाम भालेकर

मुखपृष्ठावरिल चित्र : हेन्रिकस डी अलेमानिआ, बोलोग्ना विद्यापीठामध्ये व्याख्यान देत असताना :
इ.स. १४ वे शतक, उत्तरार्ध

अक्षरजुळणी
'अक्षरवेल', सी १८, प्लॉट नं. ५७२, दत्तवाडी, पुणे–३०

प्रकाशक
डायमंड पब्लिकेशन्स
२६४/३ शनिवार पेठ, ३०२ अनुग्रह अपार्टमेंट
ओंकारेश्वर मंदिराजवळ, पुणे–४११ ०३०
☎ ०२०–२४४५२३८७, २४४६६६४२
info@diamondbookspune.com

ऑनलाईन पुस्तक खरेदीसाठी भेट द्या
www.diamondbookspune.com

प्रस्तावना

माझे मूळ पुस्तक 'इटलीमधील रेनेसाँ चळवळ : ग्रीक ज्ञानाचा प्रसार आणि ह्युमॅनिझम' असे आहे. या पुस्तकाचे लेखन चालू आहे. या पुस्तकातील एक परिशिष्ट 'युरोपातील विद्यापीठांचा उदय : सालेर्नो, बोलोग्ना आणि पॅरिस' हे आहे. हे परिशिष्ट लहान आकारातील पुस्तक रूपाने प्रसिद्ध करावे असा विचार मनामध्ये आला आणि हे पुस्तक प्रसिद्ध होत आहे.

अथेन्स, अलेक्झान्ड्रिया, कार्थेज, ॲन्टिओक, बैरूत आणि कॉन्स्टॅन्टिनोपल ही उच्च शिक्षणाची केंद्रे होती. मात्र या उच्च शिक्षणाच्या अभ्यासकेंद्रांचे रूपांतर विद्यापीठ या प्रकाराच्या शिक्षणसंस्थेमध्ये झालेले नव्हते. इ.स. ११ व्या शतकाच्या अखेरपर्यंत ज्ञान हे जवळ जवळ पारंपरिक अभ्यासक्रमातील मन मुक्त करणाऱ्या सात विषयांपुरतेच मर्यादित राहिले. इ.स.१२ व्या शतकात ज्ञानाचा विस्तार झाला; तीनपदरी ज्ञानमार्ग आणि चारपदरी ज्ञानमार्ग यांच्या विषयांमध्ये नवे तर्कशास्त्र, नवे गणित आणि नव्या खगोलशास्त्राची भर पडली आणि त्याचबरोबर कायदा, वैद्यकशास्त्र आणि धर्मशास्त्र या व्यावसायिक विद्याशाखा अस्तित्वात आल्या.

या काळात झालेल्या ज्ञानविस्तारामुळे विद्यापीठे अस्तित्वात येणे शक्य झाले. बौद्धिक क्रांती आणि संस्थात्मक क्रांती बरोबरीने आल्या. इ.स. १२ व्या शतकात उच्च शिक्षणाच्या संघटनाचे जे स्वरूप निश्चित झाले ते पुढेही चालू राहिले. हे उच्च शिक्षणाचे संघटन प्राचीन काळातील संस्थांच्या प्रतिकृतीचे पुनरुज्जीवन नव्हते. कारण ज्या अर्थाने विद्यापीठ ही संज्ञा आधुनिक काळात वापरली जाते त्या अर्थाने ग्रीक-रोमन काळात विद्यापीठे नव्हती. प्राचीन काळात कायदा, तत्त्वज्ञान, लेखन आणि वक्तृत्व संपन्न करणारी कला या विषयांमधील शिक्षण दिले जात होते. मात्र विद्यापीठाच्या विद्याशाखा, महाविद्यालये, अभ्यासक्रम, परीक्षा पद्धती आणि शैक्षणिक पदव्या प्रदान करणे ही संघटित शिक्षणाची सर्व वैशिष्ट्ये आपणास आरंभीच्या विद्यापीठांच्या उदयानंतर आढळतात;

यापूर्वीच्या उच्च शिक्षणात ही वैशिष्ट्ये आढळत नाहीत. हे अशा स्वरूपाचे उच्च शिक्षणाचे संघटन इ.स. १२ व्या शतकामध्ये घडून आले. वैद्यकीय अभ्यासाचे व्यावसायिक केंद्र म्हणून सालेर्नो पुढे आले तर बोलोग्ना आणि पॅरिस या ठिकाणी विद्यापीठांचा उदय झाला. ही युरोपातील आरंभीची विद्यापीठे होत.

या काळात विद्यापीठांचे कायदे नव्हते. त्यामुळे विद्यापीठातील अभ्यासक्रम आणि इतर शैक्षणिक बाबींसंबंधी आपण केवळ सर्वसाधारणपणे बोलू शकतो. विद्यापीठातील अभ्यास म्हणजे प्रायः व्याख्याने आणि बहुअंशी ही व्याख्याने ग्रंथांच्या संहितेवरील स्पष्टीकरणे/भाष्ये होती, तेथे चर्चा आणि वादविवाद होते. हा सर्व अभ्यास प्राध्यापकांच्या घरी अथवा भाड्याने घेतलेल्या वर्गामध्ये होत असे. कारण, तेथे विद्यापीठाची इमारत किंवा व्याख्यान वर्ग नव्हते; विद्यापीठाचे स्वतंत्र ग्रंथालय नव्हते; आणि विद्यापीठास स्वतःची प्रयोगशाळा नव्हती. विद्यापीठातील विद्यार्थ्यांचा वर्ग विलक्षणपणे फिरता आणि आंतरराष्ट्रीय स्वरूपाचा होता. तेथील विद्यार्थ्यांचे राष्ट्रीय संघ हे विद्यापीठाचे आंतरराष्ट्रीय स्वरूप दर्शवितात. विशेष म्हणजे तोच विद्यार्थी एकापेक्षा अधिक विद्यापीठांमध्ये उपस्थित असू शके.

वैद्यकीय अभ्यासाचे केंद्र म्हणून सालेर्नोचा उदय झाला आणि याबाबतचा संदर्भ इ.स. १० व्या शतकापर्यंत मागे जातो. बोलोग्ना विद्यापीठाचा संदर्भ इ.स. ११ व्या शतकाच्या उत्तरार्धापर्यंत मागे जातो. मात्र त्यास मान्यता मिळाली ती इ.स. ११५८ मध्ये फ्रेडरिक बार्बारोसाकडून. पॅरिस विद्यापीठाचा उदय ॲबेलार्डच्या काळापर्यंत (इ.स. १०७९-११४२) मागे जातो. मात्र, त्यास मान्यता मिळाली ती इ.स. १२०० मध्ये फिलीप ऑगस्टसकडून. त्यानंतर अल्पावधीतच इंग्लंडमध्ये ऑक्सफर्ड आणि केम्ब्रिज ही विद्यापीठे अस्तित्वात आली; इ.स. १८३७ पर्यंत इंग्लंडमध्ये फक्त ही दोनच विद्यापीठे होती. इ.स. १८३६ मध्ये इंग्लंडच्या राजाकडून लंडन विद्यापीठाच्या स्थापनेची सनद मिळाली आणि लंडन विद्यापीठाची स्थापना झाली. या लंडन विद्यापीठाच्या धर्तीवर हिंदुस्थानात सर चार्ल्स वुडच्या अहवालावर (१८५४) आधारित कलकत्ता, मुंबई आणि मद्रास येथे पहिली तीन विद्यापीठे इ.स. १८५७ मध्ये स्थापन करण्यात आली. आपल्याकडे सुरू झालेली ही विद्यापीठाची परंपरा युरोपात आरंभीला उदय झालेल्या विद्यापीठांकडून आली - नालंदा, तक्षशिलेकडून नव्हे. नालंदा, तक्षशिला ही प्रसिद्ध विश्वविद्यालये होती. बाहेरून आलेल्या आक्रमकांनी ती उद्‌ध्वस्त केली आणि ती परंपरा तेथेच संपुष्टात आली.

या विद्यापीठ शिक्षणाचा उद्देश विद्यार्थ्यांना महत्त्वाच्या निश्चित अशा संहितांचे आकलन व्हावे आणि त्यांच्याबद्दल त्यांनी नेमकेपणाने विचार करावा हा होता. विद्यार्थ्यांच्या युक्तिवादाच्या नैसर्गिक क्षमतेचा विकास करणे आणि ती उपयोगात आणणे

यासाठी विद्यापीठे मूलतः समर्पित होती. व्यापक अर्थाने सांगावयाचे झाल्यास आधुनिक अर्थाने त्यांना मूलभूत संशोधनात आणि विशेषतः प्रात्यक्षिक प्रयोगांमध्ये गम्य नव्हते; थोडक्यात ती गोष्ट अगदीच दुर्मीळ होती. इतकेच काय त्यांना साहित्यामध्ये किंवा ललितकलांमध्येही-चित्रकला, शिल्पकला, मूर्तिकला आणि रंगचित्रकला - यामध्ये रुची नव्हती. त्यांची विषयांची निवड आणि अध्यापनाच्या पद्धती यांनी ज्या मर्यादा पडलेल्या होत्या त्या मर्यादेत त्यांनी केलेली कामगिरी मोठी आहे.

विद्यापीठांमध्ये चार विद्याशाखा होत्या. कलाशाखा, धर्मशास्त्र, कायदा आणि वैद्यकशास्त्र. मात्र प्रत्येक विद्यापीठामध्ये या सर्वच शाखा असतीलच असे नसे. कलाशाखेमधील विद्यार्थ्यांचे मूलभूत विद्यापीठीय शिक्षण होत असे. तेथे विद्यार्थ्याची अन्य विद्याशाखांमध्ये प्रवेश घेण्याबाबतची तयारी होत असे. त्यामुळे कलाशाखेचे महत्त्व खूपच होते.

मध्ययुगातील या विद्यापीठांना त्यांचे कार्य चर्चच्या प्रभुत्वाखाली पार पाडावयाचे होते. त्यांनी मूलभूत स्वरूपाचे प्रश्न विचारण्याचा प्रयत्न केला नाही - अपवाद फक्त सत्ताशास्त्र या विषयाचा होता. कायद्याच्या प्राध्यापकांना (डॉक्टर) जस्टिनियनच्या दिवाणी कायद्याचे आणि ग्रेशिअनच्या 'डिक्रिटम'चे विवरण करावे लागे. जर ते विषयमर्यादा ओलांडून पुढे जात असतील तर ती फक्त अन्वयार्थाच्या द्वारेच. वैद्यकशास्त्रात प्राध्यापक गॅलन, हिप्पॉक्रेटस् आणि ॲव्हिसेना किंवा या ग्रंथकारांच्या ग्रंथांवर आधारलेल्या पुस्तिकांचे विवरण करत; नवीन निरीक्षणेही समोर आणत. धर्मशास्त्राच्या विषयात प्राध्यापक धर्मसभांच्या अधिकृत हुकुमांचे विवरण करत आणि त्यावर भाष्ये करत; विवरण करताना ते ख्रिस्ती आचार्यांच्या लिखाणातील दाखले देत. यासाठी महत्त्वाचे पुस्तक म्हणजे पीटर लॅंबर्डचे 'सेन्टोसिस' हे होते आणि नंतर थॉमस ॲक्विनासचे 'समा'

युरोपातील सालेर्नो, बोलोग्ना आणि पॅरिस विद्यापीठांपासून सुरू झालेली ही परंपरा ८०० वर्षांपेक्षाही अधिक काळ चालत आलेली आहे. युरोपीय समाजासमोर निर्माण झालेल्या आव्हानांना सामोरे जात प्रसंगी त्यावर मात करत, मार्ग काढत राहिली. आपल्याकडील विद्यापीठ परंपरेस जेमतेम १५० वर्षे पूर्ण झालेली आहेत. आपणास बरीच काही वाटचाल करावयाची आहे. मध्ययुगीन विद्यापीठांचे श्रेष्ठपण सांगताना रॅश्दाल असे सांगतो की 'ती ज्ञानाच्या पावित्र्याचा संस्कार होती.' असेही म्हटले जाते की 'मध्ययुगीन विद्यापीठ हे आधुनिक संस्काराची शाळा होती.' युरोपातील आरंभीच्या विद्यापीठांच्या उदयाच्या इतिहासातून ही संस्काराची शाळा कशी आकारास आली हे समजून घेता येते.

या पुस्तकामध्ये युरोपीय भाषांमधील इंग्रजीमधून आलेल्या विशेषनामांचे उच्चार

नेहमीच्या पद्धतीने दिलेले आहेत. जेथे शक्य असेल तेथे रूढ झालेल्या उच्चारांप्रमाणे ते दिलेले आहेत. येथे एक गोष्ट नमूद करणे आवश्यक वाटते की इंग्रजीमधून येणाऱ्या विशेषनामांच्या उच्चारांचा मराठी शब्दकोश तयार होणे आवश्यक आहे. येथे एकच उदाहरण देतो :- एका इंग्रजी-मराठी शब्दकोशामध्ये युक्लिड हा शब्द 'यूक्लिड' असा दिलेला आहे तर दुसऱ्या शब्दकोशामध्ये 'युक्लीड' असा दिलेला आहे. हे दोन्ही शब्दकोश प्रसिद्ध आहेत. मुद्दा असा की उच्चारशास्त्राच्या अभ्यासकांनी इंग्रजीमधून आलेल्या विशेषनामांचा मराठी शब्दकोश तयार करण्याची गरज लक्षात घ्यावी. म्हणूनच युरोपीय भाषांमधील इंग्रजीमधून आलेल्या विशेषनामांचे इंग्रजी-शब्द-वर्ण या पुस्तकाच्या शेवटच्या भागात दिलेले आहेत. वाचकांनी/अभ्यासकांनी या पुस्तकातील विशेषनामांच्या उच्चार-लेखनासंबंधी सूचना केल्यास त्याचे स्वागतच असेल!

हे पुस्तक मूळ पुस्तकातील एक परिशिष्ट आहे. मूळ पुस्तकाच्या लेखनकार्यात ज्यांचे ज्यांचे मला सहकार्य मिळालेले आहे त्यांच्याबद्दलचा ऋणनिर्देश मूळ पुस्तकात दिलेला असेल; तो येथे वेगळा देत नाही.

हे पुस्तक डायमंड प्रकाशनाचे श्री. पाष्टे प्रसिद्ध करत आहेत; त्यांचा मी आभारी आहे.

-रवींद्र लक्ष्मण लोणकर

६७८/१४ श्रीकृपा, श्रीसंत एकनाथ नगर
भाग २, बिबवेवाडी, पुणे ४११०३७
दूरध्वनी ०२०/२४२१०१४९

स्पष्टीकरणात्मक चित्रे

१. मठवासी आणि मठाबाहेरील विद्यार्थ्यांसाठी मठाची शाळा, पृ. १३
- पॉल मन्रोच्या पुस्तकातून, पृ. २६०

२. विद्यार्थ्यांची प्रगती, पृ. ९३
- रॉबर्ट एस्.रैट यांच्या पुस्तकातून, पृ. २

३. मन मुक्त करणारे सात कलाविषय आणि तत्त्वज्ञान यांचे दर्शन, पृ. ९४
- अँन्थनी ग्राफस्न यांच्या पुस्तकातून, पृ. १५

४. अ : रोमन प्रजासत्ताक आणि साम्राज्याच्या काळातील चौरस मोठी अक्षरे, पृ. १०६
आ : इ.स. ५व्या शतकातील मोठी वाटोळी 'अन्शल' अक्षरे, पृ. १०६
इ : इ.स. ८व्या शतकाच्या अखेरीसची कारोलिन्गिअन शैली, पृ. १०६
- निकोलस ओस्टलूर यांच्या पुस्तकातून, प्रस्तावना पृ.क्र. XIV, XV

५. कारोलिन्गिअन काळातील हस्तलेखन, पृ. १०६
- आर्. इ. लेर्नर, स्टॅन्डिश मीकॅम आणि इ. एम्. बर्न्स् यांच्या पुस्तकातून, पृ. २६७

६. हस्तलेखनकक्ष ('स्क्रिप्टोरिअम'), पृ. १०७
- जे. डब्ल्यू थॉम्प्सन आणि इ. एन्. जॉन्सन यांच्या पुस्तकातून, पृ. ६२८

नकाशे

१. मध्ययुगातील महत्त्वाचे मठ आणि कॅथीड्रल्स् यांच्या शाळा, पृ. १०
संदर्भ : स्ट्रेयर जे. आर. आणि मन्रो डी. सी., पृ. २९८, ४५
आणि रुण्डले डेव्हिड यांनी संपादित केलेला कोश, पृ. ३७८

२. युरोपातील आरंभीची आणि इ.स. १३०० मधील विद्यापीठे, पृ. ५१
संदर्भ : आर. इ. लेर्नर स्टॅन्डिश मीकॅम आणि इ. एम्. बर्न्स् यांच्या पुस्तकातून, पृ. ३४०

अनुक्रम

मठांच्या शाळा

शार्लमेनचा - चार्ल्स्-द-ग्रेट- काळ (कारकीर्द : ७६८-८१४) आणि ११ वे शतक यामधील काळास सेंट बेनेडिक्टशी संबंधित असलेला कालखंड असे म्हणतात. यातून सेंट बेनेडिक्टच्या शैक्षणिक व्यवस्थेचे शैक्षणिक इतिहासातील महत्त्व स्पष्ट होते. याच काळात आणि फक्त याच काळात युरोपातील शिक्षण मठवासी महतांच्या हातात होते. युरोपवरील रानटी टोळ्यांच्या आक्रमणांची संख्या जसजशी वाढत गेली त्याप्रमाणे प्रत्येक ठिकाणी साम्राज्याची आणि नगरपालिकांच्या शाळांची जुनी व्यवस्था संपुष्टात आली आणि त्याठिकाणी बिशपांच्या व्यवस्थेमधील शाळांनी आणि मठांच्या शाळांनी जागा घेतली. अर्थात, अशी व्यवस्था अस्तित्वात येणे ही चर्चची आवश्यकता होती. जुन्या शिक्षणपद्धतीमधील काही परंपरा काही काळ ख्रिस्ती शाळांमध्ये राहिलेल्या असल्या तरी आल्प्स् पलीकडची युरोपातील जुनी शिक्षणपद्धती ही पूर्णपणे बाजूला सारली गेलेली होती. चर्चची शिकवण ही निश्चितपणे निधर्मी आणि विशेषतः साहित्यिक शिक्षणाचे अवमूल्यन करणारी होती. अर्थात या काळात फक्त सेंट बेनेडिक्ट मठाच्या व्यवस्थेकडून शिक्षणाची केंद्रे निर्माण केली गेली - आणि ही व्यवस्था, विद्यापीठांच्या उदयापूर्वीच्या काळात सभ्यता निर्माण करणारे, एक समर्थ माध्यम ठरले.

रोमन साम्राज्याचा ऱ्हास झाल्यानंतरच्या काळात, ज्यांच्याकडे प्राथमिक स्वरूपाचे ज्ञान होते किंवा ते आपल्याकडे असावे असे वाटत होते, असा फक्त ख्रिस्ती धर्मगुरूंचाच वर्ग होता. शार्लमेनच्या कायद्यांनी चर्च आणि शाळा यांच्या संबंधात साचेबद्धपणा आणला. राजवाड्याची शाळा - पॅलेस स्कूल - ही कारोलिन्गियन शिक्षणव्यवस्थेत केंद्रस्थानी राहिली. शार्लमेनचा काळात आल्चुइनच्या मार्गदर्शनाखाली आणि चार्ल्स दी-बाल्डच्या काळात एरिजेनाच्या मार्गदर्शनाखाली, संपूर्ण साम्राज्यासाठी 'राजवाड्याची शाळा' ही नमुन्याची शाळा म्हणून 'नॉर्मल स्कूल' राहिली. तरूण धर्मगुरूंच्या शिक्षणासाठी प्रत्येक मठ आणि प्रत्येक कॅथेड्रलला शाळा असली पाहिजे याबाबत झालेला कायदा हा

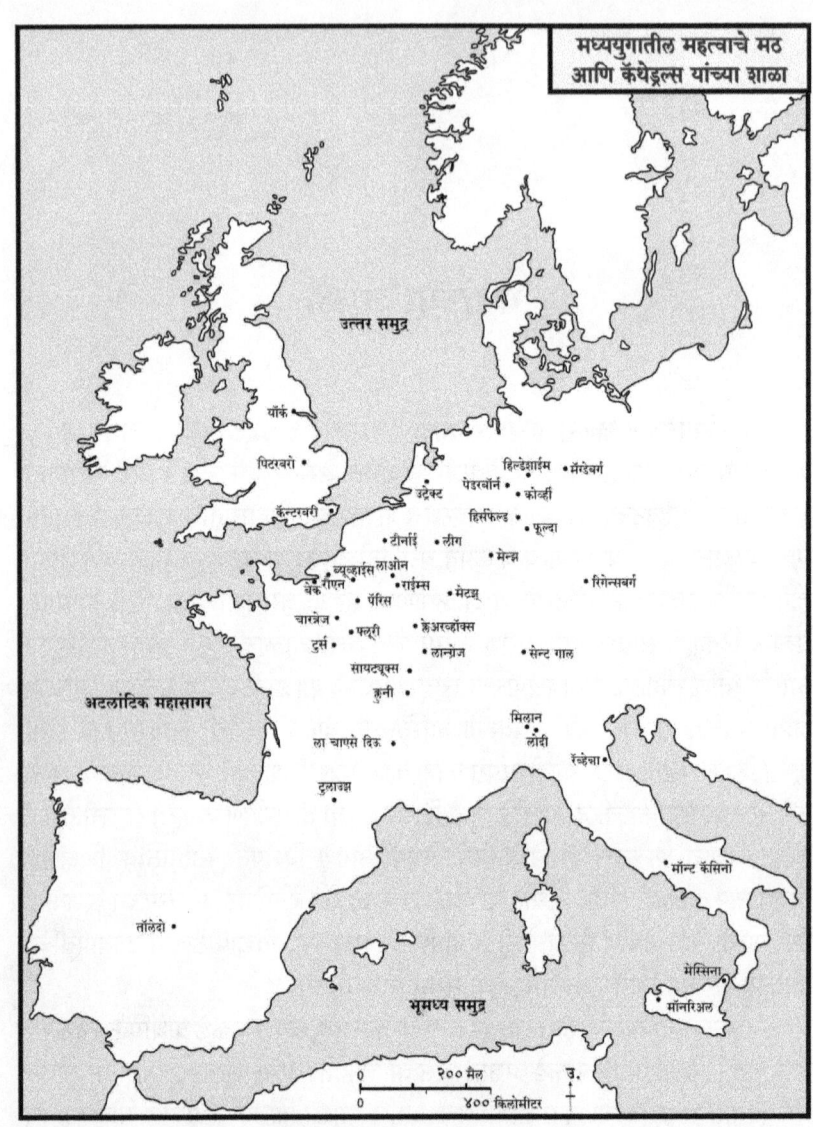

मध्ययुगातील महत्वाचे मठ
आणि कॅथेड्रल्स यांच्या शाळा

कारोलिन्गियन शैक्षणिक सुधारणांचा महत्त्वाचा भाग होय. यात मठांच्या शाळांनी प्रथमच मठाबाहेरील विद्यार्थ्यांसाठी त्यांच्या शाळा खुल्या केल्या. इ.स. ९ व्या शतकाच्या आरंभापासून सर्व प्रसिद्ध मठांच्या दोन प्रकारच्या शाळा होत्या. एक त्यांची स्वतःच्या मठवासियांसाठी आणि दुसरी मठाबाहेरील विद्यार्थ्यांसाठी. त्या काळातील सर्व ज्ञानसंपन्न धर्मगुरूंचे शिक्षण मठांमध्येच झालेले होते आणि यापैकी बहुतेक सर्व मठवासी होते. या

मठांच्या शाळांमधूनच बिशपांच्या व्यवस्थेमधील शाळांना शिक्षक मिळाले. या काळातील धार्मिक शिक्षणाचा उद्देश हा धर्मगुरूला किंवा मठवासीला वाचावयास शिकविणे हा होता; यामुळे तो धर्मगुरू किंवा मठवासी बायबलचे आणि आरंभीच्या ख्रिस्ती आचार्यांचे लिखाण वाचू शकेल आणि त्यावर चिंतन करू शकेल.

इ.स. १२ व्या शतकामध्ये पश्चिम युरोपात ज्ञानाचा विस्तार झाला. विद्यापीठांचा उदय होण्यापूर्वी मठांच्या आणि कॅथेड्रल्सच्या शाळांमधून मोठ्या प्रमाणावर शैक्षणिक कार्य होत असे. गावागावांमधून स्थानिक धर्मगुरू साधे-सोपे धार्मिक शिक्षण देत असत. व्यावसायिकांच्या संघातील मास्टर्सकडून व्यावसायिक शिक्षण देण्याची सोय केलेली असे. त्याचबरोबर प्राथमिक स्वरूपाची काही माहितीही तेथे सांगितली जाई. किल्ल्यांमधील मुलांना आणि मुलींना सरंजामदाराने केलेल्या व्यवस्थेतून निश्चित स्वरूपाचे निधर्मी शिक्षण दिले जाई. सामान्यतः चर्चच्या सेवेमध्ये ज्यांना जावयाचे असेल अशांसाठीच औपचारिक शिक्षण मर्यादित होते. मध्ययुगात औपचारिक शिक्षण घेतलेल्या सनदी सेवकांची मोठी गरज असे आणि ते धर्मगुरूंच्या (क्लर्जी) वर्गातून उपलब्ध होत कारण हाच वर्ग शिक्षित होता. मठांच्या आणि कॅथेड्रल्सच्या शाळांमधून नियमित आणि निधर्मी धर्मगुरू होऊ पाहणाऱ्या विद्यार्थ्यांची आणि ज्यांना शिक्षण घ्यावयाचे आहे अशा सर्वसामान्य स्तरातील विद्यार्थ्यांच्या शिक्षणाची काळजी घेतली जाई.

इ.स. ७ व्या शतकापासून ते १३ व्या शतकाच्या आरंभापर्यंतच्या काळात मठाच्या धर्मगुरूंनी प्रत्यक्षात दिलेल्या शिक्षणापेक्षा अन्य दुसरे कोणतेही शिक्षण नव्हते. सर्वत्र अज्ञान आणि रानटीपणा असताना शिक्षणाबाबतची काळजी मठांनीच घेतली. मात्र प्रत्येक मठ हे ज्ञानाचे केंद्र म्हणूनच राहिले असा याचा अर्थ नव्हे. मठ हे प्रवाशांसाठी आश्रयस्थान, आर्थिक व्यवहारांचे केंद्र, कल्पना आणि माहितीच्या देवाण-घेवाणीचे केंद्र, संगीत आणि साहित्यातील नवीन प्रवाहांचा स्रोत, यापैकी सर्व काही किंवा यापैकी काहीही केवळ प्रसंगोपात्त असू शकेल आणि कोणत्याही अर्थाने हे सर्व असणे जरूरीचे होते असे नव्हते. मध्ययुगात शाळांचे विशेष वर्ग असण्याची शक्यता अगदीच कमी आढळते. शिक्षण हे प्राधान्याने धार्मिकच होते. चर्च आणि मठांच्या शाळांमुळे शिक्षणाबाबतची अन्य दुसरी कोणतीही संकल्पना अस्तित्वात नव्हती आणि इतर दुसऱ्या कोणत्याही शैक्षणिक संस्थेला मोकळीक दिलेली नव्हती. असद्धर्मी (पॅगन) शाळा आता अस्तित्वात नव्हत्या. जुन्या सांस्कृतिक मूल्यांबद्दलचा चर्चचा दृष्टिकोन आणि मठवासियांनी स्वीकारलेला नवा मार्ग यामुळे जुनी सांस्कृतिक मूल्ये लोप पावली. मठाच्या शाळेत मठाच्या व्यवस्थेचे नियम, प्रवचन, तुलना करण्यासाठी माहितीचे संकलन आणि विशेषतः बायबल यांचा अभ्यास होई. मठाच्या शाळेत मन मुक्त करणाऱ्या सात कलाविषयांना प्राधान्य नव्हते. प्रत्येक

मठात सेवा-पुस्तकांचे ग्रंथालय होते आणि यात सामान्यतः बायबलच्या आणि ख्रिस्ती धर्मशास्त्राच्या ग्रंथाच्या प्रती असत.

काही मठांच्या शाळांमधून मन मुक्त करणाऱ्या विषयांचे शिक्षण दिले जाई. मन मुक्त करणाऱ्या विषयांचे दोन गट होते. पहिल्या तीन विषयांच्या गटात लॅटिन व्याकरण, वादविवाद कला किंवा तर्कशास्त्र आणि वक्तृत्व आणि लेखन संपन्न करणारी कला (रेटरिक) हे विषय होते. दुसऱ्या चार विषयांच्या गटात अंकगणित, भूमिती, ज्योतिष आणि संगीत या विषयांचा अंतर्भाव होता. व्याकरण विषयाच्या अभ्यासात वाचन आणि लिखाण यांचा अंतर्भाव होता. तीन विषयांच्या गटाच्या अभ्यासास कधी कधी अंकगणित आणि संगीत या विषयांचा पर्याय दिलेला असे. मन मुक्त करणाऱ्या या विषयांचा अभ्यासक्रम पूर्ण करण्यासाठी सात वर्षांचा कालावधी लागे.

मध्ययुगात प्रसिद्ध असलेल्या मठांच्या शाळा : इटली : मॉन्ट कॅसिनो; फ्रान्स : टुर्स, कोर्बी, बेक आणि क्लुग्नी; स्वित्झर्लंड : सेंट गाल; इंग्लंड : ग्लास्टोनबरी, माल्मेसबरी, कॅन्टरबरी; आणि जर्मनी : फुल्दा आणि हिर्शाऊ.

मठांच्या शाळांमधून विद्यार्थ्यांची फार गर्दी नसे. नंतरच्या काळात आपणास कॅथेड्रल्सच्या शाळांमधून वाढलेली विद्यार्थी संख्या आढळते. येथे लॅटिनच्या अभ्यासाला प्राधान्य होते; मातृभाषेच्या अभ्यासास वाव नव्हता. विद्यार्थ्यांना लॅटिन व्याकरण समजावून घेण्यासाठी चांगलीच झटापट करावी लागे. यातून जे विद्यार्थी प्रगती करत ते ख्रिस्ती धर्मशास्त्राचा अभ्यासावर लक्ष केंद्रित करीत आणि आरंभीच्या ख्रिस्ती आचार्यांचे लिखाण अभ्यासत. मात्र यासाठी सुधारित लॅटिन प्रतींचाच उपयोग केला जाई. बहुतेक शाळांमध्ये व्याकरण, वक्तृत्व आणि लिखाण संपन्न करणारी कला किंवा साहित्य यांचा अभ्यास करणाऱ्या विद्यार्थ्यांची संख्या अगदीच मर्यादित असे. याचाच अर्थ असा की सर्वसामान्य वर्गातील शिक्षण हे नेहमीचे असे आणि ते मर्यादित उद्दिष्टांनी युक्त अशा प्राथमिक पाठ्यपुस्तकांवर आधारित असे. काही विद्यार्थी स्वतःच्या आवडीनुसार विषयाचा अभ्यास करीत आणि या विषयाचे नामवंत शिक्षक ज्या शाळेमध्ये असतील तेथे जाण्याचा प्रयत्न करीत. अगदीच कमी संख्येने विद्यार्थी ॲरिस्टॉटलच्या लिखाणावर आधारित वादविवाद कला किंवा तर्कशास्त्र हे विषय अभ्यासत. मध्ययुगाच्या नंतरच्या काळात ख्रिस्ती धर्मशास्त्राच्या अभ्यासात तर्कशास्त्राचा मोठ्या प्रमाणावर उपयोग होत गेला आणि यातून 'स्कोलॅस्टिसिझम'चे तत्त्वज्ञान पुढे आले. क्विन्टिलियन किंवा सिसेरो यांच्या लिखाणावर आधारित जे लिखाण झाले त्याचा वक्तृत्व आणि लेखन संपन्न करणाऱ्या विषयाच्या अभ्यासात उपयोग केला जाऊ लागला. अंकगणिताच्या अध्यापनात परिपूर्णता नव्हती; अंकाच्या गुप्त गुणधर्मांना अधिक महत्त्व दिले जाऊ लागले. भूमिती संक्षिप्तपणे शिकविली

मठवासी आणि मठाबाहेरील विद्यार्थ्यांसाठी मठाची शाळा
- पॉल मन्रोच्या पुस्तकातून, पृ. २६०

जाई. ज्योतिषशास्त्र फलज्योतिषशास्त्रापासून वेगळे नव्हते. चर्चच्या स्तोत्रसंग्रहाचे पठण करताना संगीताच्या उपयोगास प्राधान्य दिले जाई.

वरीलपैकी काही मठांच्या शाळांमधील अभ्यास बराच पुढे गेलेला होता; तेथे ग्रीक अभिजात ग्रंथांचा अभ्यासात अंतर्भाव करण्यात आलेला होता. इ.स. १० व्या शतकाच्या उत्तरार्धात सेंट गॉल येथील मठात सिसरो, क्विन्टिलियन, होरॅस, टेरेन्स, ज्यूनल, पर्सिअस,

ओव्हिड आणि सॉफोक्लीस यावर व्याख्याने देण्यात आलेली होती. मॉन्टे कॅसिनो हा सर्वात जुना मठ. इ.स. ११ व्या शतकात आणि १२ व्या शतकाच्या आरंभी हा मठ भरभराटीस आलेला होता. या मठाच्या ग्रंथालयात ७० हस्तलिखिते होती. अर्थात यातील बहुतेक सर्व हस्तलिखिते ही ख्रिस्ती धर्मशास्त्र आणि ख्रिस्ती उपासना पद्धतीच्या संदर्भातील होती. मात्र यात काही महत्त्वाची हस्तलिखिते होती : सिसेरो : 'डी न्यॅचुरा डिओरम'; जस्टिनियन : 'इन्स्टिट्यूशनेस' आणि 'नोव्हेली'; ओव्हिड : 'फास्टी; व्हर्जिल : इक्लोग्यूज आणि याशिवाय थिओडोरस आणि डोनाटस यांच्या व्याकरणावरील ग्रंथांची हस्तलिखिते तसेच जोसेफस, ग्रेगरी ऑफ टुर्स, टेरेन्स, होरॅस, सेनेका यांच्या ग्रंथांचीही हस्तलिखिते होती.

इ. स. ११ व्या शतकात आल्प्सच्या उत्तरेकडील बेकचा मठ प्रसिद्धीस आलेला होता. येथेच ओस्टाच्या ॲन्सेल्मने ख्रिस्ती धर्मशास्त्रावरील त्याच्या ग्रंथाचे लिखाण केले. पुढे पोप अलेक्झांडर दुसरा याचे याच मठात शिक्षण झाले. अनेक बिशप आणि ॲबट्स येथून बाहेर पडले. या मठाच्या ग्रंथालयात १६४ हस्तलिखिते होती. याशिवाय बेयूक्सच्या बिशपकडून इ.स. ११६४ मध्ये ११३ पेक्षा अधिक हस्तलिखिते अधिक मिळाली. इ.स. १२ व्या शतकात या मठाचे महत्त्व कमी होत गेले. इंग्लंडमधील प्रसिद्ध ॲबे म्हणजे वेस्टमिनिस्टर. या काळातील बौद्धिक जीवनातील या मठाचे योगदान माफकच होते. कोणताही महत्त्वाचा ऐतिहासिक वृत्तान्त येथून बाहेर पडला नाही. जर्मनीमध्येही फुल्दा, कोर्व्ही आणि लोर्श येथील मठांचे महत्त्व कमी झाले. तेथील मठवासियांच्या संख्येत मोठी घट झाली. त्यांचे बौद्धिक नेतृत्वही संपलेले होते. मूरांच्या आक्रमणामुळे स्पेनमधील मठजीवनपद्धती विस्कळीत झाली. या काळात स्पेनमधून जे ज्ञान युरोपभर पसरले त्या ज्ञानाच्या हस्तलिखित प्रतींना स्पेनमधील मठांच्या ग्रंथालयांमध्ये स्थान मिळाले नाही. त्यामुळे स्पेनमध्ये १२ व्या शतकामधील उपलब्ध असणाऱ्या हस्तलिखितांची संख्या अगदीच अल्प आहे. ही गोष्ट अगदी स्पष्ट आहे की अनेक धर्मगुरू हे पूर्णपणे अज्ञानी होते; अनेक मठांमध्ये प्रत्यक्षात शिक्षणाकडे लक्ष दिले गेलेले नव्हते; आणि ज्या मठांमध्ये निधर्मी शिक्षण दिले जात होते त्यांची संख्या तुलनात्मक दृष्टीने पाहता अगदीच कमी होती.

कॅथीड्रल्सच्या शाळा

इ.स. ८ व्या आणि ९ व्या शतकांमध्ये धार्मिक सल्लागार मंडळांनी, शिक्षणासाठी येणाऱ्या सर्व विद्यार्थ्यांना मुक्त शिक्षण देण्यासंबंधी, मठांना आणि कॅथीड्रल्सच्या चर्चेसना सांगितलेले होते. तथापि सुधारणांच्या लाटेमुळे मठांचा शिक्षणाबाबतचा दृष्टिकोन हा फारसा उत्साहवर्धक राहिला नाही; त्यांचा दृष्टिकोन मुक्तीच्या कठीण मार्गाबाबतची अधिक दखल घेणारा ठरला. परिणामी बौद्धिक केंद्र म्हणून मठांचे महत्त्व कमी होत गेले. वास्तविक पाहता कॅथीड्रल्स चर्चेसचाही शिक्षणाबाबतचा दृष्टिकोन बराचसा काळ फारसा अनुकूल राहिला नाही. मात्र इ.स. ११७९ मध्ये तिसऱ्या सर्वोच्च धार्मिक सल्लागार मंडळाने कॅथीड्रल्साठी नव्याने आज्ञा केली. या आज्ञेनुसार शिक्षकांना, चर्चच्या धर्मगुरूंना आणि गरीब विद्यार्थ्यांना चांगले शिकविता यावे यासाठी त्यांना, योग्य ते उत्पन्न लावून देण्याबाबत सांगण्यात आले. यानंतरच्या काळात कॅथीड्रल्सचे शिक्षणाबाबतचे कार्य हळूहळू वाढत गेले.

कॅथीड्रल्सशी संबंधित असणारे धर्मगुरू हे बिशपची निवड करू लागले. कॅथीड्रल्सच्या उत्पन्नातील काही निश्चित वाटा मिळावा म्हणून ते बिशपकडे मागणी करू लागले. कधी ना कधी तरी प्रत्येक धर्मगुरूला त्याची ठराविक वृत्ती मिळू लागली. हे धर्मगुरू (कॅनन) संघटित झाले. त्यांच्या संघटित सभेला चॅप्टर म्हणत. धर्मगुरूंच्या सभेचा ('चॅप्टर') 'डीन' हा प्रमुख होता. धर्मगुरूंच्या सभेला त्यांच्या शाळांची, त्यांच्या पुस्तकांची आणि त्यांच्या नोंद-पत्रकांची गरज होती. इ.स. १२ व्या शतकामध्ये धर्मगुरूंची सभा आणि बिशप हे दोन्ही एकत्रित होऊन शिक्षणासाठी कार्य करीत असल्याचे दिसते; इतकेच नव्हे तर ते एक बौद्धिक केंद्र झालेले होते.

या काळात सर्व वयाच्या आणि सर्व परिस्थितीतील विद्यार्थ्यांच्या तरंगत्या संख्येत मोठी वाढ झाली. हे विद्यार्थी शिक्षणासाठी कोठेही जाण्यास तयार होते. असे विद्यार्थी नेहमीच होते. परंतु या काळात त्यांची संख्या इतकी वाढली की यातून त्यांचा स्वतःचा

असा वर्ग तयार झाला. इ.स. १० व्या शतकाच्या अखेरीस इटलीमधील विद्यार्थी हळूहळू उत्तर फ्रान्समध्ये जाताना दिसतात. त्या काळातील बौद्धिक वातावरणास त्यांनी दिलेला तो प्रतिसाद होता. वास्तविक पाहता इटलीमध्ये कायद्याच्या अभ्यासाची केंद्रे होती. तेथे निष्णात कायदेपंडितांच्या शाळा होत्या. तेथे वक्तृत्व आणि लेखन संपन्न करणाऱ्या कलेचा अभ्यास वेगळ्या उंचीवर होता. तेथे सर्वसामान्यांमधील साक्षरतेचे प्रमाण चांगले होते. इटलीमधील परिस्थिती अशी असली तरी उत्तर फ्रान्समधील शैक्षणिक वातावरण वेगळ्या प्रकाराचे होते; तेथे बौद्धिक आकांक्षांचे समाधान होईल असे वातावरण होते. यामुळेच गेर्बर्ट तर्कशास्त्र शिकण्यासाठी रोमहून ऱ्हाईमला आलेला होता तर लान्फ्रांक कायद्याचा अभ्यास सोडून व्याकरण आणि तर्कशास्त्राच्या अभ्यासासाठी पाव्हिआहून टुर्सला आलेला होता.

विद्यार्थ्यांच्या संख्येत मोठ्या प्रमाणावर वाढ झाल्यामुळे शिक्षकांनाही मोठी मागणी आली; प्रसिद्धी आणि उत्पन्न यासाठी तो चांगला मार्ग उपलब्ध झाला. इ.स. १०४० मध्ये लान्फ्रांक जेव्हा बेकच्या मठात धर्मगुरू झाला तेव्हा त्याने चांगल्या फायद्याचा स्वतंत्र शिक्षकाचा व्यवसाय सोडून दिलेला होता. याबाबत अॅबेलार्डची प्रसिद्धी विशेष होती; तो जेथे कोठे अध्यापनासाठी जाई तेथे विद्यार्थी त्याची वाट पहात असत. कॅथीड्रलने अशा शिक्षकांसाठी एक नैसर्गिक केंद्र उपलब्ध करून दिले. कॅथीड्रलचे ग्रंथालय होते; शाळा होत्या. कॅथीड्रलमुळे शिक्षकांना उत्पन्न आणि उच्च प्रतिष्ठाप्राप्तीची संधी उपलब्ध झाली. कॅथीड्रल खऱ्या अर्थाने अभ्यासाचे केंद्र होऊ लागले.

या काळातील सर्वात महत्त्वाच्या कॅथीड्रल-शाळा म्हणजे चारत्रेज, पॅरिस, लाओन, कॅन्टरबरी, ऱ्हाईम आणि तोलेदो. आरंभीच्या कॅथीड्रल शाळांमधील अभ्यासक्रम हा रोमकडून मार्टिआनुस कपेला आणि बोएथिअस यांच्यामार्फत आलेला होता. मार्टिआनुस कपेलाने वैशिष्ट्यपूर्ण विषय म्हणून मन मुक्त करणाऱ्या सात विषयांची ('लिबरल आर्ट्स') मांडणी केली : १. व्याकरण, २. वक्तृत्व आणि लेखन संपन्न करणारी कला ('रेटरिक'), ३. तर्कशास्त्र, ४. अंकगणित, ५. भूमिती, ६. ज्योतिषशास्त्र आणि ७. संगीत. या विषयांची बोएथिअसने ज्ञानाचा तिपदरी मार्ग ('ट्रिव्हिअम) आणि चौपदरी मार्ग (क्वाड्रिव्हिअम) अशी विभागणी केली. तिपदरी मार्ग : १. व्याकरण, २. वक्तृत्व आणि लेखन संपन्न करणारी कला आणि ३. तर्कशास्त्र; चौपदरी मार्ग : १. अंकगणित, २. भूमिती, ३. ज्योतिषशास्त्र आणि ४. संगीत. मध्ययुगाच्या उत्तरार्धात मन मुक्त करणाऱ्या या विषयांची हीच प्रमाणित विभागणी राहिली. याचा अर्थ असा नव्हे की मन मुक्त करणाऱ्या या सर्व विषयांचा अभ्यासक्रम कॅथीड्रल्सच्या सर्व शाळांमधून लागू केला जात होता. अनेक शाळांमधून दिले जाणारे शिक्षण हे प्राथमिक बाबींपुरतेच मर्यादित राहिले. काही शाळांमधून संगीत, पवित्र शास्त्र, ख्रिस्ती धर्मशास्त्र, संतांची चरित्रे आणि मठवासी

आणि धर्मगुरूंच्या शिक्षणासाठी नैतिक प्रवचनपर साहित्य असा अभ्यास घेतला जाई. या काळात सुशिक्षित व्यक्तीला लॅटिन लिहिणे आणि बोलणे आवश्यकच होते. डोनाटस आणि प्रिस्किअन यांच्या पाठ्यपुस्तकांद्वारा लॅटिन व्याकरणाचा आणि वक्तृत्व आणि लेखन संपन्न करणाऱ्या विषयांचा अभ्यास केला जाई. या पाठ्यपुस्तकांमध्ये अभिजात ग्रंथकारांच्या साहित्यामधून घेतलेली उदाहरणे आढळतात. या अभिजात ग्रंथकारांपैकी काहींचे साहित्य काही प्रमाणात वाचले जात असे. ॲरिस्टॉटलच्या 'कॅटेगरीज' आणि 'कन्सर्निंग इन्टरप्रिटेशन' या पुस्तकांद्वारे तर्कशास्त्र विषय शिकविला जाई. चौपदरी विषयांच्या गटासाठी बोएथिअसच्या पुस्तकांचा उपयोग केला जाई.थॉम्पसन आणि जॉन्सन यांनी बोएथिएसचे वर्णन 'आरंभीच्या मध्ययुगाचा शाळामास्तर' असे केले आहे. बोएथिएसच्या पाठ्यपुस्तकाद्वारा अंकगणित विषय शिकविला जाई; यातील आकडेमोड ही रोमन संख्यावाचक चिन्हे आणि ॲबकस प्रमाणे केलेली असे. बोएथिअसच्या ग्रंथांवर आधारित असलेल्या पाठ्यपुस्तकांद्वारा भूमिती आणि संगीत हे विषय शिकवले जात. खगोलशास्त्राच्या अध्यापनासाठी थोरल्या प्लिनीचा 'नॅचरल हिस्टरी' आणि सेव्हिलेस्थित इझिडोर आणि रबानस मौरस यांच्या अगोदरच्या ज्ञानकोशांमधून मिळणाऱ्या गोषवाऱ्यातील माहितीचा उपयोग केला जात असे.

सर्वसामान्य शाळांमध्ये मन मुक्तकरणाऱ्या सात विषयांचे जे शिक्षण दिले जाई त्यात निधर्मी शिक्षणाचा भाग येतो. या काळातील अभ्यासक्रमात तीन लेखकांचे - बोएथिअस, ख्रिश्चन कॅसिओडरस आणि मार्टिआनुस कपेला - विशेष महत्त्व होते. यात बोएथिअसच्या लिखाणाची लोकप्रियता अधिक होती; तो ख्रिस्ती धर्मशास्त्राचा अभ्यासक होता आणि ख्रिस्ती हुतात्मा म्हणून त्याची ओळख राहिली. तो चारपदरी ज्ञानमार्गाच्या विषयांबद्दलची माहिती अगदी त्रोटकपणे देतो. तसेच ख्रिश्चन कॅसिओडोरस आणि मार्टिआनुस कपेला हे ही या विषयांबाबतची माहिती अगदी अल्पप्रमाणात देतात. मध्ययुगात अंकगणित आणि खगोलशास्त्राच्या अभ्यासास स्थान मिळाले. या विषयांच्या अभ्यासामुळे ईस्टर - ख्रिस्ताच्या पुनरुत्थानाचा सण शोधण्यास उपयोग होऊ लागला. संगीतात संख्यांच्या भोवती असलेल्या गूढवादी सिद्धान्तांचा आणि साध्या गीतांचा अंतर्भाव करण्यात आला. भूमितीमध्ये बोएथिअस युक्लिडची काही निवडक प्रमेये स्पष्टीकरणाशिवाय देतो.

अर्थातच मध्ययुगात तिपदरी ज्ञानमार्गातील विषय - व्याकरण, लिखाण आणि वक्तृत्व संपन्न करणारी कला आणि युक्तिवादशास्त्र - हेच खरे निधर्मी शिक्षणाचे विषय होते. व्याकरणामध्ये प्रिस्किअन आणि डोनाटस यांनी केवळ व्याकरणाच्या तांत्रिक नियमांचा सूत्रबद्ध स्वरुपात अंतर्भाव केलेला नव्हता तर प्राचीन रोममधील अभिजात लेखकांच्या लिखाणाचा केलेला पद्धतशीर आणि अन्वयार्थवादी अभ्यास असे सर्व काही

यात अंतर्भूत होते. शार्लमेनच्या अगोदरच्या काळात कडक ख्रिस्ती शिक्षकांच्या नापसंतीस न जुमानता प्राचीन संस्कृतीमधील जे काही निधर्मी घटक राहिलेले होते ते अभिजात लॅटिन ग्रंथांवर आधारलेले होते. आल्चुइन हा प्रमुख रोमन कवींच्या काव्याशी परिचित होता, मात्र उत्तर काळात तो ख्रिस्ती तरुणांना प्राचीन रोमन काव्य शिकविण्याच्या विरोधात राहिला. मध्ययुगातील शिक्षकांनी अधिक उदारमतवादी दृष्टिकोन घेतला त्यामुळेच प्रत्यक्षात लॅटिनचे व्याकरण शिकविताना व्हर्जिल, ओव्हिड यासारखे अभिजात लेखक शिकविले जाऊ लागले. उत्तम शाळांमध्ये - उदा. फेरिरेजची शाळा - अभिजात साहित्याचा व्यापक प्रमाणावर अभ्यास होत होता. लेखन आणि वक्तृत्व संपन्न करणाऱ्या विषयाच्या अभ्यासात बोएथिअसचे भाष्य असलेल्या 'टॉपिक्स', 'डी ऑरटर' यासारख्या सिसेरोच्या पुस्तिका आणि आभासी सिसेरोच्या 'अॅड हेरेनिअम' यासारख्या पुस्तिकांचे मोठ्या प्रमाणावर वाचन होत होते. अभ्यासामध्ये रोमन कायद्यातील काही घटकांचाही अंतर्भाव अनेकदा केला जाई. शाळेत सर्व मुलांचा गद्य लिखाणाचाही सराव घेतला जाई.

बोएथिअसने 'पॉर्फिरीच्या 'इसॅगॉग' बरोबर ॲरिस्टॉटलच्या 'डी इन्टरप्रिटेशन' आणि 'कॅटेगरी' यांचा अनुवाद केलेला होता. मात्र आल्चुइनच्या काळात सामान्यतः 'पॉर्फिरी' आणि बोएथिअसच्या भाष्यासह 'डी इन्टरप्रिटेशन'चे अनुवाद माहीत होते. याचबरोबर 'कॅटेगरीज'चा संक्षिप्त अनुवाद मात्र सेंट ऑगस्टाइनच्या नावाने सांगितला गेलेला होता. बोएथिअसचे तर्कशास्त्रावर काही लिखाण माहीत होते. इ.स. ११ व्या शतकात निधर्मी विषयांच्या अभ्यासाचे हे प्रमुख आधार होते. इतकेच काय ॲबेलार्डलाही फक्त 'कॅटेगरीज' आणि 'डी इन्टरप्रिटेशन' यांचीच भाषांतरे माहीत होती. त्यास 'ऑरगॅनॉन'चा उर्वरित भाग बोएथिअसच्या लिखाणातून माहीत होता.

विशेष प्रसिद्ध कॅथीड्रल्सच्या शाळा :

इ.स. १२ व्या शतकात उत्तर फ्रान्समधील कॅथीड्रल्सच्या शाळा या बौद्धिक केंद्रे म्हणून विशेष प्रसिद्धीस आल्या : अभिजात विद्येच्या पुनरुज्जीवनासाठी चारत्रेज आणि ऑर्लिअन्स, स्कोलॅस्टिक ज्ञानासाठी ऱ्हाईम आणि लाओन आणि उत्तर युरोपातील पहिल्या विद्यापीठाचे मूलस्थान म्हणून पॅरिस. या कॅथीड्रल्सच्या शाळांमध्ये जर्मनी, इंग्लंड आणि अगदी आल्प्स पलीकडून विद्यार्थी शिक्षणासाठी येऊ लागले. या काळातील महान लेखकांच्या यादीत खालील व्यक्तींचा समावेश होतो : बिशप : ले मान्स (आणि टुर्स) येथील हिल्देबर्ट; पॉईटिअर्स येथील गिलबर्ट दे ला पोरे; पॅरिसमधील पीटर लॉंबर्ड; चारत्रेजचा सॅलिसबरी स्थित जॉन. कुलगुरू : लाओनचा ॲन्सेल्म; चारत्रेजचा बर्नार्ड; पॅरिसमधील पीटर कॉमेस्टर आणि पॉईटिअर्सचा पीटर.

धर्मगुरू : धर्मनिंदक कवी ऑर्लिअन्सचा ट्यू आणि पवित्रशास्त्राधारित पद्यरचनाकार ऱ्हाईमचा पीटर रिगा.

इतर ठिकाणच्या कॅथीड्रल्समधील शिक्षक : मेलूनचा रॉबर्ट; कोन्चचा विल्यम, बर्नार्ड सिल्व्हेस्टर आणि ॲबेलार्ड.

काव्य, ख्रिस्ती धर्मशास्त्र आणि शिक्षण यातील प्रसिद्ध नावे ही कॅथीड्रल्समधीलच आहेत. चारत्रेजचा बिशप आणि सेन्स आणि ऱ्हाईमचा आर्चबिशप विल्यम ऑफ द व्हाइट हॅन्ड्सने स्वतः लिखाण केले नाही मात्र ज्ञानासाठी उत्तेजन दिले. त्यास पॉईटिअर्सच्या पीटरने 'सेन्टेसिस' आणि पिटर कॉमेस्टरने त्याचा 'हिस्टोरिआ शोलास्टिका' व्हाइट हॅन्ड्स यास अर्पण केले.

येथे चारत्रेजच्या कॅथीड्रल शाळेसंबंधी उल्लेख करणे योग्य होईल. इ.स. ९९० मध्ये फुलबर्टने या शाळेची स्थापना केली. चारत्रेजमध्ये शिक्षक आणि विद्यार्थी यांच्यातील घनिष्ठ नात्याची एक परंपरा निर्माण झाली. फुलबर्टनंतर अशाच स्वरूपाचे घनिष्ठ संबंध सेंट ब्रुनो, लाओनचा आन्सेल्म, ॲबेलार्ड, गिलबर्ट दे ला पोरे, पीटर लॉम्बर्ड आणि इतर आणि त्यांच्या विद्यार्थ्यांमध्ये राहिले. फुलबर्टच्या विद्यार्थ्यांमध्ये तत्त्ववेत्ता, वैद्य आणि गणिती हिल्डेगर, ऑर्लिअन्समध्ये महत्त्वाच्या पदी असणारा राल्फ, पॅरिसमध्ये आणि ऑर्लिअन्समध्ये शिकविणारे इन्गेलबर्ट आणि लॅम्बर्ट, प्रसिद्ध वैयाकरणी टुर्सचा रेजिनाल्ड, ऱ्हाईन खोऱ्यातील असंस्कृतांना लॅटिन शिकविणारा कलोनचा रेगिनबाल्ड आणि लीज शहराची स्कोलॅस्टिक केंद्र म्हणून ख्याती टिकवून ठेवणारे ओडल्फ, ॲलेस्टन आणि गेरार्ड यांचा अंतर्भाव होतो.

फुलबर्टने चारत्रेजचा कॅथीड्रल शाळेच्या वाढीस मोठी चालना दिली; आत्तापर्यंत अशी चालना कोणीही दिलेली नव्हती. याचे एक कारण असे की त्याचे कॅथीड्रल्सच्या धर्मगुरूंच्या सभेबरोबर, विद्यार्थ्यांबरोबर आणि एकूणच समाजाबरोबर चांगले संबंध राहिले. फुलबर्टने उपलब्ध ज्ञानात काही भर घातली का यासंबंधी प्रश्न उपस्थित करता येतो. मात्र त्याने ज्ञानाच्या प्रत्येक क्षेत्रास स्पर्श केला आणि त्याच्याशी तो परिचित झाला. यातील व्यापकपणा महत्त्वाचा आहे. त्याला तर्कशास्त्र, अंकगणित, खगोलशास्त्र या ज्ञानशाखांमध्ये अलीकडे पडलेली भर माहीत होती. याबाबतची माहिती त्याला वायव्येकडील ऱ्हाईमपासून मुस्लीम स्पेनपासून मिळालेली होती. त्याने ताऱ्यांची नावे आणि आकडेमोडीची प्रक्रिया काव्यात गुंफलेली होती. तो आरंभीला वैद्य होता; त्याने बुद्धिचातुर्याने औषधांची प्रतवारी करून त्यांची उपाययोजना कशी करावी हे सांगितले आणि यासाठीही त्याची ख्याती होती. चर्चमधील सेवांसाठी त्याने स्तोत्ररचना केली; नैतिक उपदेशपर प्रवचने लिहिली; शुभवर्तमानाच्या पूर्वी आणि पत्रांनंतर जे गद्यवाचन किंवा स्तोत्रगायन करावयाचे असेल त्याचा क्रम त्याने ठरवून दिला आणि या सर्वांचा स्वीकार पश्चिम युरोपमधील चर्चमध्ये सर्वत्र झाला.

फुलबर्टनंतर बर्नार्ड हा महान विद्वान चारत्रेजच्या कॅथीड्रल शाळेचा कुलगुरू झाला

(११९-२६). तो एक उत्तम शिक्षक होता. कार्यक्रमाची आखणी करणे आणि त्याप्रमाणे त्याची अंमलबजावणी करणे यात तो कुशल होता. संपूर्ण लॅटिन व्याकरण तो एक वर्षात शिकवीत असे. तो मूलगामी स्वरूपात तत्त्ववेत्ता होता. तो प्लेटोवादी होता; कदाचित नवप्लेटोवादी म्हणूनही त्याचे वर्णन करत येईल का? प्लेटो आणि ॲरिस्टॉटल यांच्यातील सुसंवाद दाखविण्याचा त्याचा प्रयत्न होता. त्याने पॉर्फिरीच्या इसॅगॉगवर भाष्य लिहिले आणि त्यात त्याने तर्कशास्त्राधारित ॲरिस्टॉटलचा नवप्लेटोवादी अन्वयार्थ सांगण्याचा प्रयत्न केला.

इंग्लंडमध्ये कॅन्टरबरीच्या कॅथीड्रलची शाळा प्रसिद्ध होती. आर्चबिशप थिओबाल्डचे (११३८-६१) शिक्षण बेक येथे झालेले होते. त्याने कॅन्टरबरी येथे त्याच्याभोवती विद्वान लोकांना गोळा केले. सॅलिसबरीचा जॉन हा त्याचा सचिव होता आणि तो इंग्लंड मधील ज्ञानक्षेत्रात केंद्रस्थानी होता. मास्टर वकारिअस हा त्याचा कायद्याचा सल्लागार होता आणि त्याने ख्रिस्ती धर्मशास्त्र, ख्रिस्ती धार्मिक कायदा आणि दिवाणी कायदा यासंबंधी लिखाण केले. यानंतरचा आर्चबिशप थॉमस बेकेट हा थिओबाल्डच्या मार्गदर्शनाखाली आणि राजाच्या सचिवालयात तयार झालेला होता. कॅन्टरबरीच्या धर्मगुरूंमध्ये इतिहासकार गेर्वासे आणि कवी निगेल विरेकर यांचा उल्लेख करता येईल. कवी निगेल विरेकरने फ्रान्समधील विद्यार्थ्यांवर लिहिलेले विडंबन प्रसिद्ध आहे. कॅन्टरबरी कॅथीड्रलचे ग्रंथालय प्रसिद्ध होते. कॅन्टरबरी कॅथीड्रलशी तुलना करता येईल असे दुसरे कॅथीड्रल या काळात इंग्लंडमध्ये नव्हते. इंग्लंडमधील कोणतीही कॅथीड्रल शाळा विद्यापीठात विकसित होऊ शकली नाही.

स्पेनमध्ये बार्सिलोनाचे ग्रंथालय प्रसिद्ध होते; मात्र तोलेदोचे कॅथीड्रल हे सर्वात महत्त्वाचे होते. ख्रिस्ती आणि इस्लामी जगतातील ज्ञानाच्या देवाण-घेवाणीसाठी ते प्रसिद्ध होते. येथे अरबी भाषेतील पुस्तके विपुल प्रमाणात होती; तसेच येथे दोन्ही भाषांवर - लॅटिन आणि अरबी - प्रभुत्व असणारी तज्ज्ञ मंडळी होती. तेथे मोझारब आणि निवासी ज्यू यांच्या मदतीने अरबी-लॅटिन पुस्तकांच्या अनुवादासाठी एक नियमित शाळा स्थापन झालेली होती. अनेक प्रसिद्ध अरबी ग्रंथांचे जे अनुवाद झाले त्यावर तोलेदोचा ठसा उमटलेला आहे; यामध्ये आर्चबिशप रेमण्डचा (११२५-५१), तत्त्वज्ञानाच्या ग्रंथांबरोबर वैद्यक, गणित आणि खगोलशास्त्र, या विषयांवरील ग्रंथांच्या अनुवादाच्या कार्यामधील पुढाकार महत्त्वाचा दिसतो.

जर्मनी आणि इटलीमधील परिस्थिती वेगळी होती. राजा आणि पोप यांच्यामधील सार्वभौम सत्तेसंबंधीच्या संघर्षाची झळ लीगेसारख्या सांस्कृतिक केंद्रालाही बसली; परिणामी लीगेचे महत्त्व कमी झाले. इ.स. १२ व्या शतकात जर्मनीमधील नियमित धर्मगुरू आणि निधर्मी धर्मगुरू यांचा बौद्धिक ऱ्हास झाला.

पुस्तके आणि ग्रंथालये

मध्ययुगातील ग्रंथालयास स्वतंत्र इमारत तर नसेच परंतु ग्रंथालयासाठी स्वतंत्र वर्गाचाही विचार करणे जड जात असे. ग्रंथालयासाठीचा लॅटिन शब्द 'अर्मारिअम' आणि याचा अर्थ मोठी पेटी किंवा कपाट; यात पुस्तके ठेवली जात. ही पेटी वा कपाट चर्चमध्ये ठेवले जाई, नंतर पुष्कळदा मठाच्या भिंतीतील खान्यांमध्ये पुस्तके ठेवली जात. काही ठिकाणी शाळेच्या पुस्तकांसाठी वेगळी जागा असे. अर्थात पुस्तकांचा संग्रहही अगदीच कमी असे. मठांच्या अगदी आरंभीच्या याद्यांमध्ये काही थोड्या ग्रंथांचा उल्लेख येतो आणि ही संख्या कदाचित २० किंवा इतपतच असावी. इ.स. ११ व्या शतकाच्या अखेरीस, मठातील सर्व पुस्तकांचा ढीग एका कांबळ्यावर लावून ठेवणे शक्य होईल इतपतच पुस्तकांची संख्या असे, अशा प्रकारचे वर्णन येते. प्रत्येक मठवासीला वार्षिक वाचनासाठी एका प्रतीचा पुरवठा करता येईल इतक्या पुरेशा प्रती असतील असेही पाहिले जात असे. 'ग्रंथालयाशिवाय मठ असणे म्हणजे शस्त्रागाराशिवाय किल्ला असण्यासारखे होय' असे समजले जाई.

पुस्तकांचा संग्रह देणगीतून, खरेदीद्वारा आणि मठात तयार केलेला प्रतींमधून वाढत असे. पुस्तकाची नक्कलप्रत तयार करणाऱ्या व्यावसायिकांचा वर्ग अद्याप उदयास आलेला नव्हता. त्यामुळे पुस्तकांची सर्वसामान्य स्वरूपाची बाजारपेठ अशी नव्हती. यास अपवाद बोलोग्ना आणि पॅरिस; येथे पुस्तकांची खरेदी होत असावी असे दिसते. सर्वसाधारणपणे इ.स. १२ व्या शतकात पुस्तकांची खरेदी ही नेहमीची बाब नव्हती. हस्तलिखिते स्वाभाविकपणे महागच होती, विशेषतः चर्चमधील गायकवृंदासाठीची मोठी सेवा-पुस्तके. काही हस्तलिखित प्रतींबद्दलची माहिती आपणास मिळते. मोठ्या स्वरूपातील बायबलसाठी १० टॅलेन्ट्स द्यावे लागले तर एका प्रार्थना-पुस्तकासाठी द्राक्ष-मळा द्यावा लागला. इ.स. १०४३ मध्ये बार्सिलोनाच्या बिशपने एका ज्यूकडून एक घर आणि एका जमिनीच्या तुकड्याच्या मोबदल्यात प्रिस्किअनचे दोन भाग विकत घेतले. ग्रंथालयास

भेटीदाखल पुस्तके मिळत इ.स. ११६४ मध्ये बेयूस्कच्या बिशप फिलिप याने बेकच्या ग्रंथालयासाठी १४७ भाग मृत्युपत्राद्वारे दिले; अर्थात यातील २७ पुस्तके ग्रंथालयात कधीच आली नाहीत. इ.स. ११८० मध्ये सॅलिसबरीच्या जॉनने त्याचा लहानसा ग्रंथसंग्रह चारत्रेजच्या कॅथीड्रलला दिला.

हस्तलिखित प्रत तयार करणे हा निरस प्रकार होता आणि त्रासदायकही होता. ओर्डेरिकससारख्या परिश्रमी नक्कलकाराची बोटे थंडीमुळे जेव्हा संवेदनाशून्य झाली तेव्हा त्याला नक्कल करण्याचे त्याचे काम बाजूला ठेवावे लागले. इ.स. १० व्या शतकात नोव्हाराच्या ब्रदर लिओने तक्रार केली की तीन बोटांनी लिहीत असताना पाठ वाकली जाते; बरगड्या पोटात खोल जातात आणि संपूर्ण शरीराला त्रास होतो. नक्कल-प्रत तयार करताना लागणारा वेळही आपणास कळतो. इ.स. ११०४ मध्ये लुक्झिलच्या कॉन्स्टन्टाइनने बोएथिएसच्या भूमितीची नक्कल प्रत ११ दिवसात तयार केली - आजची नेहमीच्या आकाराची ५५ छापील पाने. इ.स. ११६२ मध्ये लिऑन येथे बायबलची नक्कल प्रत ६ महिन्यात तयार करण्यात आली आणि ७ व्या महिन्यात त्यावरील नक्षीकाम करण्यात आले. इ.स. १२२०-२१ मध्ये नोव्हारामध्ये नक्कलकाराने बायबलची नक्कल प्रत तयार करण्यास १५ महिने घेतले. नक्कल-प्रतीचे काम पूर्ण झाल्यानंतर शेवटी परमेश्वराचे आभार मानले जात. हस्तलिखित प्रत तयार करणाऱ्याच्या श्रमास प्रशंसनीय सेवा म्हणून मान्यता मिळाली. क्लुनीच्या मठात नक्कलकारांना वाद्यवृंदाच्या सेवेतून मोकळीक देण्यात आली. सिस्टेरसिअनांनी सुगीचा हंगाम सोडता नक्कलकारांना शेतीच्या श्रमातून मोकळे केले. इ.स. ११ व्या शतकामध्ये आरासचा मठवासी लिहितो : "प्रत्येक अक्षर, ओळ आणि बिंदूसाठी मला पाप माफ आहे." मठवासींना नक्कल-प्रत तयार करण्यास सांगणे हे नेहमीच सहजशक्य नसे त्यामुळे नक्कलकारांना बाहेरून बोलवावे लागत असे.

मध्ययुगाच्या आरंभी एका जातीच्या लाव्हाळ्यापासून (पपाइरस) तयार केलेल्या कागदावरील (भूर्जपत्र) लिखाण सर्वसाधारणपणे उपयोगात राहिलेले नव्हते. पश्चिम युरोपात कागद अद्याप आलेला नव्हता. मेंढीच्या कातड्यापासून काळजीपूर्वक तयार केलेल्या खरबरीत स्वरूपातील चर्मपत्रासारख्या दिसणाऱ्या पिवळसर कडक कागदावर किंवा कोवळ्या कोकरापासून तयार केलेला मुलायम स्वरूपातील चर्मपत्रासारख्या दिसणारा कागद कापून त्यास दुमडून दस्ता तयार केला जाई आणि त्यावर ओळी आखल्या जात. हस्तलिखिते वेगवेगळ्या आकारातली असत. मोठ्या हस्ताक्षरातील मोठ्या आकाराची बायबल आणि सेवापुस्तके आढळतात. इ.स. १२ व्या शतकातील बारीक परंतु सुस्पष्ट हस्ताक्षरातील लहान खंड मोठ्या संख्येने आढळतात. काही तर इतकी लहान असतात की प्रवासी ती आपल्या खिशात ठेवू शके. इ.स. १२ वे शतक हे सुबक हस्ताक्षरातील

लेखनकलेचा सुवर्णकाळ म्हणून ओळखले जाते. कारोलिन्गियन काळातील लघुत्तम अक्षरांचा सुवाच्यपणा याही काळात आढळतो. इ.स. १३ व्या शतकात तिरप्या लिखाणाचा पुन्हा आढळ होतो आणि गोथिक पद्धतीचे फटकारे आणि अक्षरजोडणी आणि असंख्य संक्षेप येतात.

इ.स. १२ व्या शतकातील पुस्तकांच्या सुमारे साठ एक सूच्या मिळतात. अर्थात या सूच्यांचा फार उपयोग आहे असे नाही. यात तारीख दिलेली नसते; आशयाबाबतची माहिती फारच असमाधानकारक आढळते. काही वेळा तर अभिजात कालीन लेखकाचा ग्रंथ शाळापुस्तक म्हणून दाखविलेले असते. नंतरच्या काळात अधिक विस्तृत आणि नेमक्या सूच्या केलेल्या आढळतात. मध्ययुगातील सूच्या वर्णानुक्रमे नसत. सूच्या करताना फारतर आद्याक्षर विचारात घेतले जाई. यास अपवाद कोर्बी आणि सेंट बेर्टिन येथील सूच्यांचा होय; येथील ग्रंथसूच्या वर्णानुक्रमे आढळतात. ग्रंथसूची विषयानुसार सैल मांडणीत केलेली आढळते. त्यात आरंभीला बायबल नंतर सेवा पुस्तके आणि नंतर ख्रिस्ती आचार्यांचे लिखाण येते.

या काळातील चांगल्या ग्रंथालयात नेहमीची आढळणारी पुस्तके म्हणजे प्रथम बायबल, याचे अनेक भाग असत. बायबलच्या काही प्रतींमध्ये कठीण शब्दांच्या स्पष्टीकरणात्मक टीपा दिलेल्या नसत. खरोखरच बायबलला अनेकदा - 'बिब्लिओथेका' - ग्रंथालय म्हटले जाई. ख्रिस्ती उपासनेच्या दृष्टिकोनातून बायबलचे काही भाग - पवित्र गीतांचे पुस्तक, शुभवर्तमाने, उपदेशपर पत्रे- स्वतंत्रपणे ठेवलेले असत. यानंतर चर्चमधील सेवापुस्तके-निरनिराळ्या वेळी म्हणावयाच्या प्रार्थनांचे पुस्तक, चर्चमधील सेवेच्यावेळी गाईल्या जाणाऱ्या प्रश्नोत्तररूपी धर्मगीतांचे पुस्तक, पाठसंग्रह ग्रंथ, पत्रानंतरचे गाईले जाणारे प्रश्नोत्तररूपी गीत आणि 'ट्रोपर' इत्यादी आणि धार्मिक दिनदर्शिका आणि एक किंवा अधिक मठांविषयीचे नियम येतात. यानंतर ख्रिस्ती आचार्यांचे लिखाण - ॲम्ब्रोज, जेरॉम, ऑगस्टीन आणि ग्रेगरी; यापैकी ॲम्ब्रोज आणि जेरॉमला कमी जागा लागे. चांगल्या ग्रंथालयात जोपर्यंत ग्रेगरी द ग्रेटच्या 'मोरालिआ ऑन जॉब'चे सहा भाग येत नाहीत तोपर्यंत त्यास पूर्णत्व येत नाही, असे समजले जाई.

आवश्यक पुस्तकांच्या वर्गात मार्टिआनुस कपेला, प्रिस्किअन, बोएथिअस, इझिडोर आणि बेडे यांचे ग्रंथ असत. बायबल आणि व्हर्जिल नंतरचा मध्ययुगातील सर्वात लोकप्रिय लेखक म्हणून मार्टिआनुस कपेलाचा उल्लेख येतो; त्याने मन मुक्त करणाऱ्या सात विषयांची - 'लिबरल आर्ट्स' - संकल्पना प्रत्येक विषयाच्या रूपरेखेसह मांडली. प्रिस्किअन लॅटिन व्याकरणासाठी आणि लॅटिन साहित्यातील उदाहरणांसाठी प्रसिद्ध होता. इ.स. १२ व्या शतकात बोएथिअस व्यापक प्रमाणावर माहीत होता, तो त्याच्या 'कन्सोलेशन

ऑफ फिलॉसॉफी' आणि ख्रिस्ती धर्मशास्त्रावरील ग्रंथांसाठी. तसेच तर्कशास्त्र, अंकगणित, वक्तृत्व आणि लेखन संपन्न करणारी कला 'रेटरिक' आणि संगीत या विषयांवरील त्याच्या पाठ्यपुस्तकांसाठी तो प्रसिद्ध होता. इझिडोरचा 'एटिमॉलॉजि' हा मध्ययुगात मोठा ज्ञानकोश म्हणून ओळखला जाई. धार्मिक नियमांच्या संदर्भातील ग्रेशिअनचा 'डिक्रीटम' महत्त्वाचा मानला जाई. याशिवाय ग्रंथालयात कारोलिन्गियन काळातील धर्मशास्त्रीय आणि ह्युमॅनिस्टांचे लिखाण आढळत असे. इ.स. १२ व्या शतकातील सेंट आन्सेल्म, सेंट इव्हो, सेंट बर्नार्ड, पीटर लॉंबर्ड यांच्याही ग्रंथांना ग्रंथालयात जागा मिळाली. मात्र या काळात देशी भाषांमधील पुस्तके क्वचितच आढळतात.

मध्ययुगातील ग्रंथालये ही सार्वजनिक ग्रंथालये नव्हती, कारण त्या काळात वाचक-वर्ग असा नव्हता. पुस्तके ज्याची असत त्याच्याचसाठी ती असत. काही वेळा नक्कल-प्रत तयार करण्यासाठी हस्तलिखितप्रत मागवून घेतली जाई. कालौघात बंद कपाटात ठेवलेली पुस्तके आणि मुक्त वाचनासाठी असलेली पुस्तके असा फरक केला जाऊ लागला.

इ. स. १२ व्या शतकातील रेनेसाँचे स्वरूप

आत्तापर्यंत कित्येक शतके जे साहित्य हरवले गेले होते किंवा जे अभ्यासकांना माहीत नव्हते ते साहित्य इ.स. १२ व्या शतकातील रेनेसाँ काळात पुन्हा प्राप्त झाले. आल्चुइन किंवा एरिजेना यांना ॲरिस्टॉटलच्या ज्या ग्रंथांची माहिती होती त्यापेक्षा ॲबेलार्डच्या काळात जर काही अधिक माहिती असेल तर ती अगदीच थोडी होती. ॲबेलार्डनंतरच्या पिढीपर्यंत, ऑरगॅनॉनची आत्तापर्यंत माहीत नसलेली पुस्तके, उत्तर युरोपात वितरणात आली नाहीत; व्हेनिसच्या जेम्सने या पुस्तकांचा नव्याने अनुवाद केला. ॲबेलार्डचा जुना समकालीन गिल्बर्ट डे ला पोरे हा या पुस्तकांचा उपयोग करणारा पहिला लेखक होता असे दाखविता येईल. सॅलीसबरीच्या जॉनच्या काळापर्यंत शाळेतील मान्यताप्राप्त पाठ्यपुस्तकांमध्ये 'नव्या तर्कशास्त्रा'स प्राधान्यक्रम मिळाला.

युरोपचे साहित्य आणि विज्ञान ग्रीकांपासून आलेले आहे. ग्रीकांपासून ते रोमकडे गेले. प्राचीन रोममध्ये सिपिओनिक कालखंडानंतर फारच थोड्या ग्रीक ग्रंथांचे लॅटिन अनुवाद झाले. ग्रीकांच्या प्रभावाने लॅटिन साहित्यात काही बदलही झाले; टेरेन्सी आणि सिसेरो तसेच तथाकथित लॅटिन इलियड ही याची प्रत्यक्ष उदाहरणे होत. असे असले तरी प्राचीन काळी महान ग्रीक ग्रंथकारांच्या ग्रंथांचे लॅटिन अनुवाद फार मोठ्या संख्येने झालेले नाहीत. रोमच्या राजकीय विजयानंतरही ग्रीक भाषेमध्ये ग्रंथलिखाण होतच राहिले. हिरोडोटसच्या काळातील फक्त हिप्पोक्रेटिसच नाही तर इ.स. २ ऱ्या शतकातील गॅलेनचे वैद्यकीय ग्रंथ-लिखाण ग्रीकमध्येच झाले. अलेक्झान्ड्रियातील अभ्यासकांनी भूमितीसाठी युक्लिडला तर भूगोल आणि खगोलशास्त्रासाठी टॉलेमीला (इ.स. सुमारे १६०) अनुसरले. प्लेटो आणि ॲरिस्टॉटल यांच्यानंतर नवप्लेटोवादी आले. इ.स. ५ वे ते ८ वे शतक या काळात कोशकारांनी प्राचीन ज्ञान संग्रहित केले. आणि हे केवळ लॅटिनमध्ये असलेल्या ज्ञानावर आधारून केले. बोएथिअस हा प्राचीन अभ्यासकांपैकी शेवटचा आणि त्यास संपूर्ण ॲरिस्टॉटल आणि प्लेटो अनुवादित करावयाचे होते. मात्र तो केवळ ॲरिस्टॉटलच्या

तर्कशास्त्रावरील ग्रंथांचे अनुवाद करू शकला. तसेच त्याने ग्रीकांच्या गणितामध्ये योग्य ते बदल करून ते उपयुक्त केले होते. यानंतरच्या गोंधळाच्या काळात तर्कशास्त्र मोठ्या प्रमाणावर बाजूला पडले गेले. इझिडोर आणि बेडे या अविश्रांतपणे मेहनत घेणाऱ्या संकलकांना केवळ लॅटिन ग्रंथांवरच अवलंबून राहावे लागले. त्यांना ग्रीक येत नव्हते त्यामुळे केवळ लॅटिन ग्रंथ हीच त्यांची मर्यादा राहिली. विज्ञानावरील त्यांच्या लिखाणातून केवळ अल्पांश स्वरूपातील प्राचीन ज्ञान मध्ययुगाकडे आले. मध्ययुगाकडे आलेले हे ज्ञान लहान लहान पुस्तिकांच्या रूपाने आलेले होते. परिणामी ते शुष्क झाले आणि ते चांगल्या पद्धतीने आत्मसात झाले नाही.

मध्ययुगाच्या आरंभी या संक्षिप्त स्वरूपाच्या पुस्तिकांमध्ये मूळ ग्रीक ग्रंथांपासून कोणतीही भर पडली नाही. दक्षिण इटलीचा ग्रीक वैद्यकशास्त्राशी काही संबंध राहिला. मात्र, तो अल्पस्वरूपातील होता. इ.स. ९ व्या शतकात हिल्दुइन आणि जॉन दी स्कॉट यांनी आभासी डिओनिसिअसचा अनुवाद केला. इ.स. ११ व्या शतकात संतचरित्रांविषयीचे काही लिखाण अमाल्फी आणि नेपत्सकडे आले. एकंदरीतच इ.स. १२ व्या शतकापूर्वीचा काळ हा ग्रीक भाषेबद्दलच्या अज्ञानाचा काळ सांगता येईल. कोठेतरी एखादा ग्रीक वाक्यांश, एखादे मुळाक्षर, ग्रीक संख्यांची यादी एवढेच काय ते ग्रीक असे; यापेक्षा अधिक काही नाही. इतकेच काय मुळाक्षरेही गेलेली होती आणि मध्ययुगातील नक्कलकारांकडून ग्रीक शब्द अर्थहीन (व्यर्थ) झालेला असे किंवा तो वगळला गेलेला असे आणि त्या जागी शब्दांचे वर्ण बरोबर नसलेला किंवा चुकीचाच शब्द दिला जाई. इ.स. १२ व्या शतकातील प्रसिद्ध ह्युमॅनिस्ट सॅलिसबरीचा जॉन हा ग्रीक लेखकाचा लॅटिन अनुवाद उपलब्ध असल्याशिवाय कधीही उद्धृत करत नाही.

बिझॅन्टिअममध्ये ग्रीक परंपरा जिवंत राहिली. तेथील सरकारची आणि कायद्याची ग्रीक ही अधिकृत भाषा होती. ऑर्थोडॉक्स चर्चचीही तीच भाषा होती: तेथील अध्ययन-अध्यापन ग्रीकमध्येच होत असे; तेथे साहित्य निर्मिती ग्रीकमध्येच होत असे. तेथे प्राचीन ग्रीक ग्रंथांची नक्कल करण्याचे काम आदराने होत राहिले आणि त्यांचा अभ्यासही होत राहिला. भाष्ये, ज्ञानकोश, व्याकरणावरील पुस्तके, शब्दकोश, अवतरणांची आणि सुंदर उताऱ्यांची पुस्तके या सर्वांद्वारे तेथील अभ्यासकांचा अभिजात ग्रीकशी संबंध राहिला. त्यामुळेच तेथे ग्रीक अभिजात ग्रंथांच्या नकला होत राहिल्या; त्यांचे जतनही झाले. नाहीतर हे ग्रीक अक्षरवाङ्मय पूर्णपणे नाहिसे झाले असते.

या काळात ग्रीक ज्ञान हे सिरियाई, हिब्रू आणि अरबीमध्ये अनुवादित झाले. ग्रीकमधील धार्मिक साहित्य आर्मेनियन, जिऑर्जिअन आणि कॉप्टिकमध्ये आले. ग्रीकमधील धार्मिक साहित्याच्या मूळ संहिता गहाळ झाल्या, अशा वेळी मूळ ग्रीक

धार्मिक साहित्याचे जे अनुवाद झाले त्यामुळे मूळ स्वरूपातील ग्रीक धार्मिक साहित्य उपलब्ध नसले तरी अनुवादित स्वरूपात त्या धार्मिक साहित्याचे जतन झाले. अर्थात याचा लॅटिन युरोपवर प्रभाव पडला नाही. विज्ञान आणि तत्त्वज्ञान विषयांवरील ग्रीक ग्रंथांचे अरबी अनुवाद झाले. या अनुवादांच्या मार्फत हे ज्ञान लॅटिन युरोपकडे आले. ही गोष्ट सरळपणे घडली असे नाही. काही वेळा ग्रीक ग्रंथांचा अनुवाद प्रथम सिरियाई किंवा हिब्रूमध्ये झाला आणि तेथून तो त्यानंतर अरबीमध्ये झाला. काही वेळा अरबीमधून स्पॅनिशमध्येही अनुवाद झाले आणि शेवटी ते ज्ञान लॅटिनमध्ये आले.

या अनुवादांचा प्रवास सिरियापासून सुरू होतो. तेथील आरामाइक साहित्यामध्ये ग्रीक धर्मशास्त्रींच्या लिखाणाची आणि ॲरिस्टॉटलच्या ग्रंथांच्या अनुवादांची भर पडली. यापैकी काही अनुवाद सिरियामध्ये राहिले तर काही नेस्टोरियन निर्वासितांनी पर्शियन दरबारात नेले आणि अरबांनी पर्शिया जिंकल्यानंतर (इ.स. ७ वे शतक) पुन्हा ते अरबांकडेच आले. उदा. टॉलेमीचा 'अल्माजेस्ट' (इ.स. ८२७) तसेच ग्रीकमधून सिरियाई आणि हिब्रूमध्ये अनुवादित झालेले ग्रंथही अरबीमध्ये आले. या काळात वैद्यकशास्त्र, गणित, खगोलशास्त्र, फलज्योतिषशास्त्र आणि किमयागारीचे शास्त्र या विषयांवरील ग्रीक ग्रंथांचे अरबी अनुवाद झाले. अरबांनी ग्रीक ज्ञानात स्वतःच्या निरीक्षणांची काही भर घातली. उदा. रोगांबद्दलची निरीक्षणे. त्यांनी अंकगणित, बीजगणित आणि भूमितीमध्ये प्रगती केली. याबाबत हिंदूंचेही योगदान महत्त्वाचे ठरते. या सर्व गोष्टी पश्चिम युरोपात येणे ही बाब युरोपच्या बौद्धिक इतिहासात महत्त्वाची ठरते.

इ.स. १२ व्या शतकापूर्वी ख्रिस्ती युरोप आणि अरब यांच्यामधील संबंध अगदीच मर्यादित स्वरूपाचे होते. धर्मयुद्धानंतर या संबंधात वाढ होत गेली. सिरियातील माहीत असलेल्या अनुवादांपैकी पिसाचा स्टिफन (सुमारे ११२७) आणि एक शतकानंतर ट्रिपोलीचा फिलिप यांची नावे घेता येतात यापैकी स्टिफन हा अली-बेन-अब्बासच्या औषधांशी संबंधित आहे, तर ट्रिपोलीचा फिलिप हा त्याच्या 'द सिक्रेट ऑफ सिक्रेट्स्' (रहस्यांचे रहस्य) या पुस्तकासाठी प्रसिद्ध आहे. हे पुस्तक ॲरिस्टॉटलच्या नावाने सांगितले गेले होते. इ.स. १२ व्या शतकात बाथचा ॲडेलार्ड सिरियात गेलेला होता; तथापि त्याने स्वतःबरोबर काही संहिता आणलेल्या होत्या याबद्दलची माहिती नाही. कॉन्स्टन्टाइन द आफ्रिकन (मृत्यू : मॉन्ट कॅसिनो, इटली) याने गॅलेन, हिप्पोक्रेटिस आणि आयझॅक द ज्यू यांच्या वैद्यकशास्त्रावरील ग्रंथांचे लॅटिन अनुवाद केले. पिसाच्या लिओनार्डोचे वडील उत्तर आफ्रिकेत जकात खात्यात होते. लिओनार्डोने तेथे अरबीमधील गणिताशी परिचय वाढविला आणि पुढे तो युरोपातील एक अग्रगण्य गणिती झाला.

युरोप आणि आफ्रिकेच्या मध्यावर इटलीमधील सिसिली असून इ.स. ९०२ ते

१०९१ या काळात तेथे अरबांची सत्ता होती. त्यानंतर सिसिली नॉर्मनांच्या प्रभुत्वाखाली आले. सिसिलीचे अरब जगताशी व्यापारी संबंध होते. सिसिलीच्या दरबारामध्ये अरब वैद्य आणि फलज्योतिषी असत. तेथील राजा रॉजरच्या आज्ञेवरून इद्रिसीने भूगोलावर 'जिऑग्राफी' हा ग्रंथ लिहिला. त्याचाच समकालीन अभ्यासक यूजीन दी अमीर याने टॉलेमीच्या 'ऑप्टिक्स' (दृष्टीसंबंधी) या ग्रंथाचा अनुवाद केला. सम्राट फ्रेडरिक २ रा याच्या उपयोगासाठी मायकेल स्कॉट आणि ॲन्टिओकचा थिओडर यांनी प्राणीशास्त्रावरील अरबी ग्रंथांचे अनुवाद केले. फ्रेडरिकने मुस्लीम जगतातील अनेक सत्ताधाऱ्यांबरोबर आणि विद्वानांबरोबर शास्त्रीय विषयांबाबत संपर्क ठेवलेला होता. फ्रेडरिकचा मुलगा मान्फ्रेड याच्या काळातही अनुवादाचे काम होतच राहिले.

अरबांनी स्पेनवर प्रभुत्व निर्माण केल्यानंतर नवीन ज्ञानाचे उपासक स्पेनकडे वळले आणि तेथे त्यांनी गणित, खगोलशास्त्र, फलज्योतिषशास्त्र, औषधविज्ञान आणि तत्त्वज्ञान या विषयांमधील ज्ञानप्राप्तीसाठीचे प्रयत्न केले. सामान्यतः इ.स. १२ व्या शतकात ज्ञानप्राप्तीच्या प्रक्रियेस गती मिळाली. यातील प्रमुख नावे : बाथचा ॲडेलार्ड, ट्रिव्होलीचा प्लेटो, चेस्टरचा रॉबर्ट, कॅरिन्थिआचा हेरमन आणि त्याचा विद्यार्थी ब्रुगेसचा रूडॉल्फ, आणि क्रेमोनाचा गेरार्ड, खुद्द स्पेनमध्ये डॉमिनिकस गोन्डीसाल्व्ही, सॅन्तालाचा हूघ आणि ज्यू विद्वानांचा गट, पेट्रस अल्फोन्सी, सेव्हिलेचा जॉन, सॅव्हासोर्डा, आणि अब्राहम बेन एसरा. अनुवादाची कामे बार्सिलोना, टाराझोना, सेगोव्हिआ, लिऑन, पाम्पलोना, त्याचप्रमाणे पिरनिज पर्वतापलीकडे टुलाऊज, बेझिअर्स, नार्बोन, आणि मार्सेलिस येथे झाली. नंतर तोलेदो हे अनुवादाच्या कार्यासाठी प्रसिद्धीस आले. या कार्यासाठी धार्मिक समर्थन मिळाले आणि यासंदर्भात तोलेदोचा आर्चबिशप रेमण्ड आणि त्याचा समकालीन टाराझोनाचा बिशप यांच्याकडून हे समर्थन विशेष स्वरुपात मिळाले.

या सर्व अनुवादकांमध्ये क्रेमोनाच्या गेरार्डचा विशेष उल्लेख करणे आवश्यक आहे. हा प्रचंड उद्योगी होता आणि त्याने मोठ्या संख्येने अरबी ग्रंथांचे लॅटिन अनुवाद केले. त्याने केलेल्या अनुवादांची यादी त्याच्या विद्यार्थ्यांनी करून ठेवलेली असून ती गेरार्डने गॅलेनच्या 'टेग्नी'चा जो अनुवाद केला त्यास जोडलेली आहे आणि त्याबरोबर गेरार्डबाबतचे चरित्रवजा टिपणही दिलेले आहे. गेरार्ड हा तरूण वयात अभ्यासक म्हणून ओळखला जाऊ लागला. त्यास लॅटिनमध्ये असलेल्या ज्ञानाबद्दलची चांगली माहिती होती. त्यास लॅटिनमधील टॉलेमीचे 'अल्माजेस्ट' न मिळाल्यामुळे तो तोलेदोला गेला. तेथे त्यास ज्ञानाच्या प्रत्येक क्षेत्रात असलेल्या अरबीमधील ग्रंथांचे दर्शन घडले; लॅटिनमधील ज्ञानाचे दारिद्र्य त्याच्या लक्षात आले. अरबी ग्रंथांचा लॅटिन अनुवाद करण्यासाठी तो अरबी शिकला. त्याने 'अल्माजेस्ट'चा केलेला लॅटिन अनुवाद हा इ.स. ११७५ मधील आहे.

इ.स. ११८७ मध्ये म्हणजे वयाच्या ७३ व्या वर्षी त्याचे तोलेदो येथे निधन झाले. त्याने ७१ अरबी ग्रंथांचे लॅटिन अनुवाद केले, याशिवाय त्याने केलेले इतरही अनुवाद असू शकतील. यातील ३ ग्रंथ तर्कशास्त्रावरचे आहेत; थेमिस्टिअस आणि अल् फराबी यांची भाष्ये असलेले ॲरिस्टॉटलचे तर्कशास्त्रावरील - 'पोस्टेरिअर ॲनॅलिटिक्स' हे ग्रंथ होत. अनेक ग्रंथ गणित विषयावरील आहेत आणि यात युक्लिडचा 'एलिमन्ट्स' थिओडिसिअसचा 'स्फेरिक्स', आर्किमिडिजची पुस्तिका, तसेच भूमिती, बीजगणित आणि दृष्टिविज्ञान (ऑप्टिक्स) या विषयांवरील विविध पुस्तिका आहेत. खगोलशास्त्र आणि फलज्योतिषशास्त्र या विषयांवरील ग्रंथांची यादीही मोठी आहे. त्याचप्रमाणे ॲरिस्टॉटलच्या शास्त्रीय ग्रंथांचीही यादी मोठी आहे. तथापि मोठी यादी ही वैद्यकशास्त्रावरील ग्रंथांची आहे आणि यात गॅलेन आणि हिप्पोक्रेटिस यांच्या ग्रंथांचाही अंतर्भाव आहे. गेरार्डने अरबीमधील शास्त्र विषयावरील विविध ग्रंथांचे जे लॅटिन अनुवाद केले त्यामुळे ते ग्रंथ पश्चिम युरोपात आले.

रॉजर बेकन जी अनुवादकांची यादी देतो त्यात गेरार्डनंतर आल्फ्रेड हा इंग्रज, मायकेल हा स्कॉट आणि हेरमन हा जर्मन यांचा प्रमुख अनुवादक म्हणून उल्लेख येतो. आल्फेड हा तत्त्ववेत्ता होता त्यामुळे तो ॲरिस्टॉटलच्या निसर्गाविषयीच्या तत्त्वज्ञानाशी अधिक संबंधित होता. त्याने आभासी ॲरिस्टॉटलच्या दोन पुस्तिकांचा अनुवाद केला. मायकेल स्कॉटने तोलेदो येथे बिट्रोगीच्या गोलाविषयीच्या ('ऑन द स्फिअर') पुस्तिकेचा अनुवाद केला. त्याने ॲरिस्टॉटलच्या प्राण्यांविषयीच्या ('ऑन ॲनिमल्स') ग्रंथाचा प्रमाणित लॅटिन अनुवाद केला. ॲरिस्टॉटलवरील ॲव्हेरूसचे भाष्य परिवहन करण्यात मायकेल स्कॉटचा सहभाग होता. जर्मन हेरमन हा ॲरिस्टॉटल आणि ॲव्हेरूसविषयी अधिक संबंधित राहिला - विशेषतः 'एथिक्स', 'पोएटिक्स' आणि 'ऱ्हेटॉरिक्स' आणि यावरील भाष्यांबाबत. पिरनिज पर्वताच्या पलीकडून हे अभ्यासक जेव्हा स्पेनमध्ये आले तेव्हा त्यांच्यापैकी कोणालाही अरबी भाषा येत होती असे दिसत नाही. त्यांनी आपले काम दुभाषाच्या माध्यमातून केले. बऱ्याचदा हे दुभाषे धर्मांतरित ज्यू होते. याप्रमाणे गेरार्डने गॅलिपस नाव असलेल्या मोझारबचा उपयोग केला; मायकेल स्कॉटला अँड्र्यू नावाच्या ज्यूची मदत झाली. हा अँड्र्यू पॅलेनशिआ धर्मगुरू होता. इ.स. १२२५ मध्ये पोपने त्याच्या अरबी, हिब्रू, खाल्डी आणि लॅटिन भाषांच्या ज्ञानाबद्दल आणि मन मुक्त करणाऱ्या सात विषयांच्या ज्ञानाबद्दल प्रशंसा केलेली होती. पेट्रोस अल्फोन्सी, सेव्हिलेचा जॉन, अब्राहम इब्न इझ्रा आणि अल्फॉन्सो १० वा याचे खगोलतज्ज्ञ यांच्यासारखे काही ज्यू स्वतः लेखक किंवा अनुवादक होते. बऱ्याचदा ज्यू अनुवादकांच्या अन्वयार्थास अरबीमधून प्रचलित स्पॅनिश शब्दबंधात अनुवाद होत असल्याचे स्वरूप प्राप्त होई आणि

त्यानंतर ख्रिस्ती अनुवादक त्याचा लॅटिन अनुवाद करीत. या वस्तुस्थितीवरून अनेक अनुवादांमध्ये चुका राहून गेल्याचे स्पष्ट होते. अनुवादात बऱ्याचदा अरबी उपपदेही आलेली आढळतात. सामान्यपणे हे अनुवाद अक्षरशः जसेच्या तसे केलेले अनुकरण ठरते; ते नाविन्यशून्य ठरते. येथे एक गोष्ट लक्षात घेतली पाहिजे की अरबीमधून मोठ्या प्रमाणावर हिब्रूमध्ये अनुवाद झालेले होते आणि त्यानंतर त्यांचे लॅटिन अनुवाद झाले. स्टाइनश्नायडरच्या मोठ्या भागामधून हिब्रू अनुवादांबाबतचा पडताळा घेता येतो.

या अनुवादाच्या आणि परिवहनाच्या संपूर्ण प्रक्रियेमध्ये उपलब्ध साधनांचे सर्वसाधारण सर्वेक्षण झालेले नव्हते. त्यामुळे आरंभीच्या अनुवादकांनी त्यांना प्रथमच नव्याने आढळलेल्या माहितीची आंधळेपणाने गटवारी केली. त्यांनी अनुवादासाठी लहान लहान पुस्तिका प्रथम घेतल्या आणि मूलभूत स्वरूपाच्या पुस्तिका मोठ्या आणि कठीण असल्यामुळे त्या नंतर घेतल्या. त्यांनी बऱ्याचदा भाष्यकारांच्या भाष्यास प्रथम पसंती दिली; त्यामुळे ज्या विषयासंबंधी भाष्य असे तो विषय बाजूला पडे. हे अनुवादक निरनिराळ्या ठिकाणी काम करत. त्यामुळे प्रसंगी एखाद्या पुस्तिकेच्या केलेल्याअनुवादाची पुनरावृत्ती होत असे. अधिक बिनचूक अनुवाद लोकप्रिय असेलच असे नाही.

स्पेनमधून ॲरिस्टॉटलचे तत्त्वज्ञान आणि नैसर्गिक विज्ञान आणि त्याचे अरब भाष्यकार ज्या स्वरूपात आले त्याने १३ व्या शतकामध्ये युरोपात विचार परिवर्तन घडून आले. स्पॅनिश अनुवादकांनी गॅलेन, हिप्पोक्रेटिस आणि ॲव्हिसेनासारख्या (इब्न सीना)अरब वैद्यांच्या बहुतेक सर्व ग्रंथांचे अनुवाद केले. नवीन युक्लिड, नवे बीजगणित आणि दृष्टिविज्ञान (ऑप्टिक्स) आणि यथार्थदर्शनचित्र (परस्पेक्टिव्ह) यावरील पुस्तिका स्पेनमधून आल्या. मस्लामा आणि अल् झर्काली यांच्या काळापासून ते अल्फान्सो द वाईज् याच्या काळापर्यंत स्पेन खगोलशास्त्रीय कोष्टके आणि निरीक्षणे यासाठी प्रसिद्ध होते. बराच काळ तोलेदोचे रेखावृत्त हे पश्चिमेसाठी प्रमाणित रेखावृत्त राहिले. अल फरगानीच्या खगोलशास्त्रीय सारग्रंथाप्रमाणे सारग्रंथ त्याचप्रमाणे टॉलेमीच्या 'अल्माजेस्ट'चा प्राप्त झालेला अनुवाद (यासाठीच क्रेमोनाच्या गेरार्डने तोलेदोपर्यंत प्रवास केलेला) याही गोष्टी लक्षात घेतल्या पाहिजेत. पिरनिज् ओलांडून ही लाट दक्षिण फ्रान्समधील नारबॉन, बेझिअर्स, टुलाऊज, मॉन्टपेलिअर, मार्सेलिस या ठिकाणी आली. लवकरात लवकर म्हणजे अगदी ११३९ पासून तेथे नवे खगोलशास्त्र आले. इतकेच नव्हे तर अरबांचे फलज्योतिषशास्त्र, तत्त्वज्ञान आणि वैद्यकशास्त्र आल्याच्या खुणा इ.स. १४ व्या शतकात आढळतात. येथे ज्यू अनुवादकांचा सहभाग मोठा होता; कदाचित स्पेनमधील ज्यूंच्या सहभागापेक्षाही हा सहभाग मोठा होता. अनेक अनुवाद हिब्रूमधून लॅटिनमध्ये आले.

ॲरिस्टॉटलचे 'फिजिका', 'मेटॅफिजिका' आणि नैसर्गिक विज्ञानावरील अनेक पुस्तिका हे सर्व अरबीमधून लॅटिन मध्ये आलेले साहित्य पश्चिम युरोपात इ.स. १२०० च्या आसपास आले. टॉलेमीच्या 'अल्माजेस्ट' आणि 'क्वाड्रिपार्टिटम' या ग्रंथांचा अरबीमधून लॅटिन अनामिक अनुवाद उपलब्ध झाला. अरबीमधून किमयागारीवरील साहित्यही लॅटिनमध्ये अनुवादित झाले; या अनुवादांवर अनुवादकांची नावे नाहीत. याशिवाय 'अल्जिब्रा', 'झिरो', 'सायफर', अल्गोरिझम हे शब्द आणि अरबी संख्या अरबीमधूनच लॅटिनमध्ये आल्या. अरबीमधून लॅटिनमध्ये आलेले हे ज्ञान अनेक ठिकाणांहून पश्चिम युरोपात आले. इ.स. १२ व्या शतकात ग्रीकमधून थेट लॅटिनमध्ये अनुवादाचे कार्य जवळ जवळ इटलीपुरतेच मर्यादित होते; ते ही दक्षिण इटली आणि सिसिलीच्या नॉर्मन राज्यापुरते! हा प्रदेश बराच काळ बिझॅन्टाइन साम्राज्याचा भाग होता. त्यामुळे या भागात ग्रीक बोलणारे लोकही होते आणि त्यांनी ग्रीक परंपरा जतन करून ठेवलेली होती. त्यांचे कॉन्स्टॅन्टिनोपलबरोबरचे संबंध संपुष्टात आलेले नव्हते.

बॅसिलिअन मठामध्ये बायबल आणि ख्रिस्ती धर्मशास्त्राबद्दलचे ग्रीक लिखाण संग्रहित केलेले होते. राजा रॉजरने आणि त्याच्या वारसांनी ग्रीक हस्तलिखितांचा लॅटिन अनुवाद करण्यासाठी उत्तेजन दिले. राज्यकारभारातील दोन सदस्य हेन्रिकस ॲरिस्टिपस आणि यूजिन दी अमीर हे दोन प्रमुख अनुवादक होते. हेन्रिकस ॲरिस्टिपसने ग्रेगरी नाझीआन्झेन आणि डिओजिनस यांच्या साहित्याचा अनुवाद केला; तथापि तो आज उपलब्ध नाही. प्लेटोचे 'मेनो', 'फीडो' आणि ॲरिस्टॉटलच्या 'मिटिओरॉलॉजी'च्या ४ थ्या पुस्तकाचा ग्रीकमधून लॅटिनमध्ये अनुवाद करणारा तो पहिला अनुवादक होय. त्याने केलेले हे लॅटिन अनुवाद संपूर्ण मध्ययुगात आणि रेनेसाँच्या आरंभीच्या काळात वापरले जात होते. त्याने कॉन्स्टॅन्टिनोपलचा सम्राट मॅन्युअल याच्या ग्रंथालयातून टॉलेमीच्या 'अल्माजेस्ट'चे सुंदर हस्तलिखित सिसिलीत आणले आणि त्याचा पहिला लॅटिन अनुवाद भेटीस आलेल्या एका अभ्यासकाने इ.स. ११६० च्या आसपास केला. अभ्यासकास या अनुवादाच्या कार्यात यूजिन दी अमीरची मोठी मदत झाली असे स्वतः अनुवादकच सांगतो. अनुवादक असेही सांगतो की यूजिन दी अमीर हा ग्रीक आणि अरबीचा मोठा विद्वान होता. त्याने अरबीमधून टॉलेमीच्या 'ऑप्टिक्स'चा लॅटिन अनुवाद केला. सिसिलीमध्येच युक्लिडचे 'डाटा', 'ऑप्टिक्स', 'कॅटोप्ट्रिकस'; प्रॉक्लसचे 'डी मोटू' आणि ॲलेक्झान्ड्रियाच्या हिरोचे 'न्यूमॅटिक्स' यांचे लॅटिन अनुवाद झाले; संभवनीयता अशी की वरील ग्रंथांचे ते पहिलेच लॅटिन अनुवाद असावेत. विल्यम पहिला याच्या दरबारात ॲरिस्टॉटलच्या 'लॉजिक'चा नवा अनुवाद वितरित झालेला होता आणि राजा रॉजरच्या दरबारातील नक्कलकारांनी 'नव्या करारा'ची हस्तलिखिते तयार केली होती. हे

सर्व विचारात घेतले तर इ.स. १२ व्या शतकातील सिसिलीमधील बौद्धिक वातावरणाची आपणास कल्पना येऊ शकते. शास्त्रीय ज्ञानाच्या प्रसारातील सालेर्नो येथील वैद्यकीय शिक्षण केंद्राचे महत्त्व आपणास विसरता येणार नाही. नवीन ज्ञानास प्रोत्साहन दिले जाईल असा दुसरा राजदरबार या काळात इटलीमध्ये नव्हता. सिसिली राज्याच्या बाहेर इटलीमधील प्रमुख अनुवादक म्हणून व्हेनिसचा जेम्स, बेरगॅमोचा मोझेस आणि पिसाचा बुर्गुन्डिओ यांचा उल्लेख करता येतो. त्यापैकी व्हेनिसच्या जेम्सने ॲरिस्टॉटलच्या 'न्यू लॉजिक'चा (नवे तर्कशास्त्र) अनुवाद केला; तर बेरगॅमोचा मोझेस हा वैयाकरणी, अनुवादक, कवी आणि हस्तलिखितांचा संग्राहक होता. पिसाच्या बुर्गुन्डिओने बेसिल आणि क्रिसोस्तोम आणि दमास्कसच्या जॉनच्या ख्रिस्ती साहित्याचा लॅटिन अनुवाद केला. निमिसिअसने हिप्पोक्रेटिसच्या 'ॲफॉरिझम्स'चा आणि गॅलेनच्या १० पुस्तकांचा लॅटिन अनुवाद केला.

इ.स. १२०० च्या पूर्वी ॲरिस्टॉटलच्या 'फिजिक्स', 'मेटॅफिजिक्स' आणि निसर्गाच्या इतिहासावरील त्याच्या संक्षिप्त पुस्तिकांचा लॅटिन अनुवाद पश्चिम युरोपात आलेला होता. पुढील दोन पिढ्यांमध्ये ॲरिस्टॉटलच्या 'पॉलिटिक्स', 'ऱ्हेटॉरिक्स', 'एथिक्स' आणि 'इकनॉमिक्स' या ग्रंथांचे लॅटिन अनुवाद उपलब्ध झाले. जवळ जवळ प्रत्येक ग्रंथाचा लॅटिन अनुवाद हा ग्रीक आणि अरबीमधून आलेला होता. या बहुतेक सर्व अनुवादांवर तारीख नाही. 'फिजिक्स', 'डी कीलो', 'डी ॲनिमा', आणि 'द पर्व नॅचरॅलिया' आणि कदाचित 'मेटॅफिजिक्स' यांचे लॅटिन अनुवाद ग्रीकमधून झाल्याचा मागोवा घेता येतो.

ग्रीक ग्रंथांचे लॅटिन अनुवाद करून अनुवादकांनी उत्तर मध्ययुगातील संस्कृतीस चांगले योगदान दिले. ग्रीक ग्रंथांचे जे लॅटिन अनुवाद अरबीमधून झाले त्यांची तुलना मूळ ग्रीक ग्रंथांपासून जे लॅटिन अनुवाद झाले त्यांच्याशी करता ग्रीकमधून लॅटिनमध्ये झालेले अनुवाद हे अधिक विश्वसनीय आणि प्रामाणिक होते. अरबीमधून झालेले लॅटिन अनुवाद हे मूळ ग्रीक ग्रंथापासून बरेच दूर गेलेले होते. अरबीमधून झालेले अनुवाद हे घाईने झालेले होते आणि ते अनभिज्ञ स्पॅनिश दुभाषांच्या मदतीने झालेले होते आणि हे अनुवादाचे काम स्पॅनिश भाषेच्या माध्यमातून होत होते. मूळ ग्रीक ग्रंथांचे लॅटिन अनुवाद करणारे आणि अरबीमधील ग्रीक ग्रंथांचे लॅटिन अनुवाद करणारे, या दोन्ही अनुवादकांना तत्त्वज्ञान, गणित, वैद्यकशास्त्र, नैसर्गिक विज्ञान या विषयांमध्ये रुची होती. या विषयांवरील बहुतेक ग्रीक ग्रंथांचे अरबी अनुवाद झालेले होते. त्यामुळे अरबीमधील ग्रीक ग्रंथांचा लॅटिन अनुवाद काय किंवा मूळ ग्रीक ग्रंथांचा लॅटिन अनुवाद काय यापैकी कोणत्यातरी मार्गाने झालेला लॅटिन अनुवाद पश्चिमेमध्ये पोहोचू शके.

प्लेटो फक्त ग्रीकमध्येच होता तर ॲरिस्टॉटल अरबीमध्ये सुद्धा होता. ॲरिस्टॉटलच्या बहुतेक ग्रंथांचे २ किंवा ३ समांतर लॅटिन अनुवाद होते. ख्रिस्ती धर्मशास्त्र, ख्रिस्ती उपासना पद्धती, संतचरित्र लेखन, त्याचबरोबर व्याकरण फक्त ग्रीकमधूनच आले. ग्रीक मधून झालेला लॅटिन अनुवाद असो किंवा अरबीमधून केलेला लॅटिन अनुवाद असो केवळ अपघातानेच अनेक अनुवाद सर्वसाधारण वितरणात जात. उदा. 'अल्माजेस्ट'चा सिसिलीमधील अनुवाद जरी अगोदरचा - सुमारे ११६० च्या आसपासचा असला तरी त्याच्या फक्त चार प्रतीच होत्या. या उलट स्पेनमध्ये झालेला अनुवाद हा सर्वत्र उपलब्ध होता. इ.स. १२ व्या शतकात केवळ ग्रीकमधूनच आलेल्या ग्रंथांची यादी मोठी होती. या यादीत प्लेटोचे 'मेनो' आणि 'फीडो' हे संवाद आढळतात; मध्ययुगात दुसरा माहीत असलेला संवाद म्हणजे 'टिमिअस' आणि तो ही जुन्या अनुवादात. याशिवाय युक्लिडचे प्रगत ग्रंथ; प्रोक्लस आणि हिरो; गॅलेनच्या अनेक पुस्तिका; क्रिसोस्तोम, बेसिल, निमिसिअस, दमास्कसचा जॉन आणि आभासी डायोनिशिअस आणि धर्मशास्त्र, संतचरित्र, दंतकथात्मक आणि गूढ विषयांवरील इतर सर्व साहित्य आढळते.

ग्रीकमधून झालेल्या अनुवादांच्या यादीत अभिजात ग्रीक साहित्य आणि इतिहासावरील ग्रंथ आढळत नाहीत. त्याप्रमाणे आरंभीच्या विद्यापीठांच्या अभ्यासक्रमात त्याचे प्रतिबिंब पडलेले आढळते. इ.स. १२ व्या शतकात वैद्यकशास्त्र, गणित, तत्त्वज्ञान, ख्रिस्ती धर्मशास्त्र या विषयांबद्दलच्या असणाऱ्या रुचीमधून व्यावहारिक आणि धार्मिक बाबींबद्दलचा कल दिसून येतो; ही त्या काळाची व्यग्रता होती. इ.स. १४ आणि १५ व्या शतकातील रेनेसाँमध्ये मानवी अभिव्यक्तीबाबत अधिक रुची दर्शविली गेली. मध्ययुगातील अनुवाद हे काही फार चांगले अनुवाद समजले जात नव्हते. मात्र हे ही लक्षात ठेवले पाहिजे की ते एक साधन होते; साध्य नव्हते. इ.स. १४ व्या शतकामध्ये याच लेखकांचे जुने किंवा नवे अनुवाद वाचले जात होते; अधिक नवीन ज्ञानाने ते मागे पडले.

विज्ञानाच्या दृष्टीने पाहता इ.स. १२ व्या शतकातील रेनेसाँ :

हा रेनेसाँ ग्रीकही आहे आणि अरबीही आहे. त्या काळातील अरबीमधील विज्ञानाचे असलेले महत्त्व हे प्रत्यक्ष ग्रीकमधूनच लॅटिनमध्ये अनुवाद झाल्यामुळे कमी होत गेले. लॅटिन जगतास ॲरिस्टॉटल, गॅलेन, टॉलेमी आणि युक्लिड हे थेट ग्रीकमधून लॅटिनमध्ये उपलब्ध होऊ शकले असते परंतु बहुअंशी तसे घडले नाही. या काळात विज्ञानाची प्रचलित भाषा अरबी होती. तसेच अरबी भाष्ये आणि पुस्तिकांनाही महत्त्व प्राप्त झालेले होते. युरोपमधील वैचारिक जगतावर याचा परिणामही झाला. अरबांचे स्वतःचे असे

विज्ञान होते; त्यांनी ग्रीकांचे ज्ञान पचवून त्यापलीकडेही जाण्याचा प्रयत्न केला. हे चित्र आपणास वैद्यकशास्त्र, गणित, खगोलशास्त्र आणि संभवितपणे किमयागारीचे शास्त्र यामध्ये आढळते. मध्ययुगातील अरब आणि ज्यू यांनी वैज्ञानिक ज्ञानास सर्वोच्च प्राधान्य दिले आणि जे लॅटिन्स त्यांच्या संपर्कात आले त्यांनाही विज्ञान विषयाचे महत्त्व समजले; त्याबरोबर कार्यपद्धती आली. ग्रीकांच्या ग्रंथांमधून हे मिळू शकले असते परंतु तसे घडले नाही. अरबांनी ग्रीकांच्या ज्ञानाचे जतन केले आणि प्रसंगी त्यात भरही घातली आणि ते लॅटिन जगताकडे आले.

इ.स. १२ व्या शतकात जे बौद्धिक पुनरुज्जीवन घडून आले. ते प्रायतः विज्ञानाच्या क्षेत्रात. इ.स. ११०० मध्ये इझिडोर आणि बेडे यांचे सारसंग्रह आणि रोमन विद्येचे विखुरलेले भाग हीच काय ती पश्चिम युरोपची ज्ञानाच्या क्षेत्राची मर्यादा होती. इ.स. १२०० आणि त्यानंतर अल्पावधीतच अरबांचे नैसर्गिक विज्ञान आणि तत्त्वज्ञान आणि त्याचप्रमाणे ग्रीक ज्ञानाचा बराचसा भाग प्राप्त झाला. यामधील १०० वर्षांच्या काळात - सामान्यपणे इ.स. ११२५ ते १२२५ - युक्लिड आणि टॉलेमी आणि अरबांचे गणित आणि खगोलशास्त्र, तसेच गॅलेन, हिप्पोक्रिटस आणि ॲव्हिसेना यांचे वैद्यकशास्त्र आणि ॲरिस्टॉटलचे ग्रंथ उपलब्ध झाले. याच काळात ग्रीक आणि अरबी किमयागारीचे शास्त्र आणि अरबांच्या फलज्योतिषशास्त्राचा बराचसा भाग पश्चिम युरोपात आला.

मध्ययुगाच्या आरंभीच्या काळात सर्वसामान्यपणे युरोपच्या शास्त्रीय संस्कृतीचे प्रतिबिंब आपणास सेव्हिलेच्या इझिडोरच्या लोकप्रिय ज्ञानकोशात पडलेले आढळते. सेव्हिलेच्या इझिडोरचा 'एटिमॉलॉजिज्' हा लोकप्रिय ज्ञानकोश होता. इ.स. ६३६ मध्ये इझिडोरचे निधन झाले; त्यापूर्वी काही काळ अगोदर हा ज्ञानकोश संग्रह स्पेनमध्ये एकत्रित करण्यात आला. तो लवकरच पिरनिज् पर्वतापलीकडे गेला आणि त्याच्या काही शेकडो प्रती वितरणात आल्या असल्या पाहिजेत. त्या काळातील प्रत्येक महत्त्वाच्या ग्रंथालयामध्ये या ज्ञानकोशाची प्रत असे. या ज्ञानकोशाचा संदर्भासाठी आणि त्यातील उताऱ्यांसाठी उपयोग केला जाई. हा ज्ञानकोश लोकप्रिय होता कारण त्यात भरपूर आणि सूत्ररूपात माहिती दिलेली होती. या ज्ञानकोशात तक्त्याच्या स्वरूपात माहिती दिलेली होती; यात रूपकांचा उपयोग केलेला होता आणि गूढवादी अन्वयार्थ दिलेला होता. हा ज्ञानकोश अगोदरच्या ज्ञानकोशांवर आधारलेला होता. यात दिलेले उतारे ज्या ग्रंथांमधून घेतलेले होते ते आज उपलब्ध नाहीत. यात दहा शतकांमधील गोळा केलेले ज्ञान आहे. या 'एटिमॉलॉजिज्'ची २० पुस्तके असून यात मन मुक्त करणारे सात विषय, वैद्यकशास्त्र, कायदा, चर्च, मुळाक्षरे, मनुष्य आणि प्राणी, पृथ्वी विश्व, राजकीय आणि प्राकृतिक भूगोल, वास्तुरचना, सर्वेक्षण, शेती, युद्धशास्त्र, जहाज आणि घरात वापरावयाची साधने

आणि सर्वसाधारणपणे व्यावहारिक कला या विषयांवर माहिती आहे.

इ. स. १२ व्या शतकाच्या आरंभीच्या काळातील मानसिकता पाहावयाची असल्यास लॅम्बर्टच्या ज्ञानकोशाकडे - 'लिबर फ्लोरिडस' - जावे लागते. लॅम्बर्ट हा सेंट ओमरचा धर्मगुरू आणि त्याने इ.स. ११२० मध्ये हा ज्ञानकोश तयार केला. याची एक प्रत घेन्टच्या ग्रंथालयात आहे. त्यास जशी माहिती मिळत गेली तशी तो नोंद करीत गेला. शास्त्र, इतिहास, धर्मशास्त्र आणि प्रत्येक प्रकारचे नानाविध विषय, स्वर्गातील नद्या आणि मुळाक्षरांपासून ते दातदुखी बरी करण्यापर्यंतचे सर्व विषय यामध्ये येतात. तो ज्यास शास्त्र म्हणतो त्यात ग्रह-ताऱ्यांच्या गती, हवामान, पृथ्वीचे प्रदेश आणि लोक, रोमन संख्यावाचक चिन्हे आणि अपूर्णांक, मौल्यवान खड्यांची नावे आणि त्यांचे गुणधर्म, वनस्पती आणि प्राणी, यात लेव्हिएथान याचा अंतर्भाव आहे. त्या काळातील बेडे, प्लिनी, मार्टिआनुस कपेला, मॅक्रोबिअस आणि चर्चच्या आरंभीचे आचार्यांचे लिखाण यासारख्या साधनांपलीकडे लॅम्बर्टचा ज्ञानकोश जात नाही.

इ.स. १२ व्या शतकातील रेनेसाँमुळे इझिडोर आणि त्याचे अनुयायी त्याज्य ठरविले गेले आणि अशास्त्रीय विचारांच्या सवयी एकदमच सोडून देण्यात आल्या असे आपण समजता कामा नये. या सवयी खोलवर रुजलेल्या होत्या आणि त्या अगदी रोमन काळापर्यंत मागे जातात. बार्थोलोम्यू या इंग्रजाने इ.स. १२३० च्या आसपास वस्तूंच्या गुणधर्मांविषयी ('ऑन द प्रॉपर्टीज् ऑफ थिंग्ज') लोकप्रिय ज्ञानकोश तयार केला. यावरही प्लिनी आणि इझिडोर यांचा प्रभाव पडलेला दिसतो. मात्र इ.स. १३ व्या शतकात ग्रीकांचे शास्त्रीय लिखाण पश्चिमेत पुन्हा एकदा उपलब्ध झाले; ग्रीकांच्या ग्रंथांवरील अरबी भाष्यकारांचे आणि विवरणकारांचे ज्ञानही त्यांना खुले झाले. त्यामुळे प्रत्येक्ष क्षेत्रातील शास्त्रीय कृतींना गती मिळाली. लिखित साहित्यात मोठ्या प्रमाणावर भर पडली; यात मोठे वैविध्य होते. ज्ञानाच्या क्षेत्रातील ही मोठी पाऊले होती. अल्बर्ट मॅग्नसचे ('डी ॲनिमलीबस') उदाहरण हे पुरेसे बोलेके आहे. ॲरिस्टॉटल मधील प्राणी, वनस्पती, खनिज पदार्थांविषयी बोलताना त्यास त्याच्या निरीक्षणामधून आणि प्रयोगातून वेगळी वस्तुस्थिती लक्षात आल्यास तो ॲरिस्टॉटलपेक्षा वेगळे मत नोंदवितो आणि सांगतो की, 'कोणी एखाद्याने काय सांगितलेले आहे त्याचा सरळपणे स्वीकार करणे म्हणजे नैसर्गिक विज्ञान नव्हे तर निसर्गातील इंद्रियगम्य घटनांच्या कारणांचे पद्धतशीर अन्वेषण होय.'

येथे आणखी एक उदाहरण देता येईल ते म्हणजे ब्यूव्हाईसच्या व्हिन्सेंटच्या ज्ञानकोशाची - 'स्पेक्यूलम मायूस' या ज्ञानकोशाची ३२ पुस्तकांमध्ये उपविभागणी केलेली आहे आणि यात ३७१८ प्रकरणे आहेत. हा डॉमिनिकन महंत सांगतो की त्याने काही अर्क किंवा फुले गोळा करून त्यांच्याबद्दल नैसर्गिक विज्ञान, तत्त्वज्ञान आणि इतिहास या

शीर्षकांखाली माहिती दिलेली आहे. हा प्रचंड मोठा ज्ञानसंग्रह असून यात इझिडोर, प्लिनी, नवीन ॲरिस्टॉटल, अनेक अरबी लेखक विशेषतः वैद्यकशास्त्रावरील आणि बाथचा ॲबेलार्ड आणि कौन्चेसचा विल्यम यांच्या लिखाणातील अवतरणे सविस्तरपणे दिलेली आहेत. इ.स. ११०० च्या पूर्वी शास्त्रीय ज्ञानाची जी गुणवत्ता होती त्यापेक्षा सरस शास्त्रीय गुणवत्ता आपणास व्हिन्सेंटच्या ज्ञानकोशात पाहावयास मिळते. इ.स. १२ व्या शतकामध्ये विज्ञानाच्या विविध क्षेत्रात जी नवीन माहिती पुढे आली तिचा आपणास मागोवा घेता येईल.

गणित :

मध्ययुगीन शिक्षण पद्धतीत मन मुक्त करणाऱ्या सात विषयांचा अंतर्भाव होतो. त्यातील चारपदरी (क्वाड्रिव्हिअम) ज्ञानमार्गाच्या गटात गणिती विषय येतात : अंकगणित, भूमिती, खगोलशास्त्र आणि संगीत. अर्थात यातील गणित अत्यंत प्राथमिक स्वरूपातील होते. हा गणिताबाबतचा प्राथमिकपणा केवळ बोएथिअस आणि बेडे यांच्यात पाठ्यपुस्तकांमधून आढळतो असे नाही तर तो गेर्बर्टच्या पुस्तकातूनही आढळतो. तो, बोएथिअसमधील गणिताबद्दलची माहिती आणि रोमन 'ॲग्रिमेन्सोरेस'मधील खंडित मजकूर, यापलीकडे जात नाही. गेर्बर्टने ॲबकसच्या व्यावहारिक उपयोगास चालना दिल्याचे दिसते. इ.स. ११ व्या आणि १२ व्या शतकांमध्ये ॲबकसचा उपयोग करणे हा मोठा प्रघात होता. त्याने स्थानपरत्वे गणती करणाच्या अरबी पद्धतीचा अवलंब केला नाही. रोमन संख्यांच्या मदतीने भागाकार करण्याच्या दीर्घ आणि कंटाळवाण्या पद्धतीवर प्रकरणे खर्ची घातली. त्यास युक्लिडच्या भूमितीमधील अत्यंत प्राथमिक भाग माहीत होता. बेडेने खगोलशास्त्राबद्दल दिलेल्या माहितीच्या पलीकडे तो जात नाही. ही गेर्बर्टची परंपरा लॉरेन आणि चारत्रेजने राखलेली होती. इ.स. १२ व्या शतकात अंकगणित आणि खगोलशास्त्राबद्दल आलेल्या पुस्तिका या बौद्धिक पुनरुज्जीवनाची चिन्हे ठरतात.

इ.स. १२ व्या शतकात युक्लिडचे 'एलिमन्ट्स' संपूर्णपणे लॅटिनमध्ये उपलब्ध झाले; हे अरबीमधून आलेले असावे. पुढच्या पिढीमध्ये त्याचा 'डाटा' आणि 'ऑप्टिक्स' हे अधिक प्रगत अध्ययनासाठी विद्यार्थ्यांना उपलब्ध झाले. इ.स. ११२६ मध्ये बाथच्या ॲडेलार्डने अल् ख्वारिझ्मीची त्रिकोणमितीची कोष्टके पश्चिमेला उपलब्ध करून दिली. इ.स. ११४५ मध्ये चेस्टरच्या रॉबर्टने अल् ख्वारिझ्मीचा 'अल्जिब्र' लॅटिनमध्ये अनुवादित केला. या शतकात अरबी संख्याही आल्या; शैक्षणिक पुस्तिकांपेक्षा त्या व्यापारी व्यवहारातून आल्या असण्याची शक्यता अधिक होय.

ज्यांनी संख्या गणतीच्या नवीन पद्धतीचा अवलंब केला ते आणि जे जुन्या ॲबकस पद्धतीचे समर्थन करत राहिले ते यामध्ये अभ्यासक विभागले गेले. ॲबकसच्या समर्थकांनी नव्या संख्यांच्या (अरबी संख्या) वापराच्या विरोधात फ्लॉरेन्समध्ये अगदी उशिरात उशीर म्हणजे १२९९ मध्ये कायदा मंजूर करून घेतला. पिसाच्या लिओनार्डोचे 'लिबर ॲबकी' हे पुस्तक इ.स. १२०२ मध्ये आले. यानंतर युगबदल निर्देशित करणाऱ्या त्याच्या पुस्तिका आल्या. या पुस्तिकांमधून त्याने वर्ग आणि घनाबाबतची समीकरणे सोडविण्याची रीत दिली.

या शतकाच्या आरंभी बेडे आणि कारोलिन्गियन काळातील गणना करणारा (कॉम्प्युटिस्ट) हेल्पेरिक यांच्या पुस्तिकांच्या प्रती किंवा त्यांच्या प्रतींमधून घेतलेले उतारे याच काय त्या खगोलशास्त्रीय हस्तपुस्तिका होत्या. यात ख्रिस्ती काळापासून धार्मिक घटनांच्या सनावळीकडेही लक्ष दिलेले असे. काही अगदी थोडे संदर्भ अरबी वेधयंत्राबाबत (ॲस्ट्रोलॅब) मिळतात. मात्र त्यावरून लॅटिन जगताचा अरबी खगोलशास्त्राशी अधिक परिचय होता असा अर्थ काढता येत नाही. त्यामुळे १११९ मधील फिलिप दी थाओ याचा अँग्लो-नॉर्मन कम्पास हा केवळ जुनी लॅटिन परंपरा दर्शवितो. इ.स. ११२० मध्ये दुसरा इंग्रज मॅलव्हर्नचा वाल्शर डिग्री, मिनिट्स् आणि सेकन्ड्समध्ये कालमापन करू लागला. ही गणना तो पेट्रस अल्फोन्सी या ज्यूकडे शिकला. इ.स. ११२६ मध्ये बाथच्या ॲडेलार्डने अल-ख्वारिझ्मीची खगोलशास्त्रीय कोष्टके लॅटिनमध्ये अनुवादित केली. यानंतर लगेचच अल्-बट्टानी आणि अल्-झर्काली यांची कोष्टके आणि अल्-फर्गानीची संक्षिप्त हस्तपुस्तिका आल्या. टॉलेमीच्या प्रसिद्ध 'अल्माजेस्ट'मध्ये प्राचीन खगोलशास्त्राचा सर्व समावेशक स्वरूपाचा जो गोषवारा होता त्याचा ग्रीकमधून लॅटिन अनुवाद इ.स. ११६० च्या आसपास आला तर अरबीमधून ११७५ मध्ये आला. येथून पुढे प्राचीन जगतातील खगोलशास्त्रीय ज्ञानाचा पूर्णपणे स्वीकार या हस्तलिखितांवर आधारित राहिला.

अरबी लेखकांच्या माध्यमातून ॲरिस्टॉटलचे विज्ञान झिरपू लागलेले होते आणि त्याचा टॉलेमी आणि प्लेटोच्या 'टिमिअस' बरोबरील संघर्ष अपरिहार्य होता; यात सुसंगती आणणे ही मोठी गरज होती. इ.स. १२०० च्या फार पूर्वी ॲरिस्टॉटलच्या 'फिजिक्स'चा लॅटिन अनुवाद झालेला नव्हता. मात्र त्याचे हवामानशास्त्रावरील 'मीटिअरॉलजी' हे पुस्तक इ.स. ११६२ पूर्वी सहज उपलब्ध होते आणि त्याचे 'डी कीलो' हे यापूर्वीच उपलब्ध झालेले असावे. इ.स. १२ व्या शतकात विविध माध्यमांमधून ॲरिस्टॉटलचे भौतिकीविषयीचे सिद्धान्त खंडित स्वरूपात आले. इ.स. १२०० च्या सुमारास आपणास असे आढळते की विश्वाचे स्वरूप, त्याचे घटक, भूकंप, ज्वालामुखी आणि लाटा यासारख्या इंद्रियगम्य घटनांबद्दलची चर्चा होऊ लागलेली होती.

भूगोलाचे स्वरूप :

हे मूलतः रोमनच राहिले; बव्हंशी टॉलेमी आणि इझिडोर हीच त्याची मर्यादा राहिली. धर्मयुद्धे आणि उत्तरेकडील आणि वायव्येकडील संशोधन मोहिमा यामुळे युरोपचे भूगोलाविषयीचे क्षितिज विस्तारले. अल्-मासुदी, इब्न-हकल, अल्-इस्ताख्री हे अरब भूगोलतज्ज्ञ मध्ययुगात युरोपला माहीत नव्हते. काही युरोपियनांची भौगोलिक निरीक्षणे लहान-सहान स्वरूपाची माहिती देऊन जातात. प्रवासी वृत्तान्तामध्ये गीराहस कॅम्ब्रेनसिस याचा उल्लेख करावा लागतो. त्याने इ.स. ११८८ मध्ये आयर्लंडची स्वाभाविक रचना, वेल्सचे वर्णन, आणि आयर्लंडमधील प्रवासमार्ग याविषयी माहिती दिली. आयर्लंडच्या अंतर्गत भागाबद्दलची त्याची माहिती ऐकीव स्वरूपाची आहे. मात्र तो तळी, नद्या, पर्वत आणि हवामानाबद्दल काही टीपा देतो. खलाशी कोळ्यांकडून मिळालेल्या माहितीच्या आधारे तो आयर्लंडच्या आखातातील लाटांबद्दलची माहिती देतो. या वृत्तान्तामध्ये तो भाषा, रीतिरिवाज, हवामानाचा लोकस्वभावावरील परिणाम इत्यादीबद्दल माहिती देतो.

आरंभीच्या मध्ययुगामध्ये फलज्योतिषशास्त्रीय श्रद्धा आणि फलज्योतिषशास्त्राचा व्यवहारातील उपयोग या दोन्ही गोष्टी संपुष्टात आलेल्या होत्या असे मानले जात होते परंतु तशी वस्तुस्थिती नव्हती हे प्राध्यापक थॉर्नडाईक यांनी दाखवून दिले आहे. इ.स. १२ व्या शतकात फलज्योतिषशास्त्र हा अभ्यासाचा विषय होता. टॉलेमी, ॲरिस्टॉटल आणि संपूर्ण अरबी फलज्योतिषशास्त्र यांचा आधार असल्याचा दावा फलज्योतिषशास्त्र करू शकत होते. इ.स. १२ व्या शतकाच्या दुसऱ्या चतुर्थकात फलज्योतिषशास्त्रावरील अरबी साहित्य मोठ्या प्रमाणावर युरोपात आले. टॉलेमीचे 'टेट्राबिब्लॉस आणि तोतया टॉलेमीचे 'सेन्टिलोक्विअम', तसेच अल्बुमसारचे 'ग्रेटर इन्ट्रॉडक्शन', अल-किन्डी आणि मेस्साहला यांचे 'जजमन्ट्स', झाएलचे 'रिव्हलूशन्स' आणि हिंदूच्या २५५ भागांमधून एकत्रित केलेले तथाकथित ॲरिस्टॉटलचे 'अस्ट्रॉलजि', हमीझ् आणि थोथ यांचे ग्रंथ या फलज्योतिषशास्त्रावरील ग्रंथांशी लॅटिन जगताचा परिचय झाला. इ.स. १२३५ पर्यंतच्या या सर्व फलज्योतिषशास्त्रावरील साहित्याचा गोषवारा मायकेल स्कॉटने दिलेला आहे. इटलीमध्ये लोकांसाठी फलज्योतिषशास्त्रींची नियमित कार्यालये असत. विद्यापीठांमध्येही फलज्योतिषशास्त्राचे प्राध्यापक असत. इ.स. १५ व्या शतकात कोपर्निकसच्या विश्वअभ्यासाच्या खगोलशास्त्राकडून फलज्योतिषशास्त्रास मोठाच धक्का बसला.

वैद्यकशास्त्र :

इ.स. १२ व्या शतकामध्ये ग्रीकांचे वैद्यकशास्त्रावरील संपूर्ण साहित्य उपलब्ध झाले. अरब वैद्यांच्या महत्त्वाच्या ग्रंथांचे लॅटिन अनुवाद झाले. आणि याच काळात

सालेर्नो येथील वैद्यकीय शिक्षणाचे केंद्र भरभराटीस आले. दक्षिण इटलीमधून ग्रीक वैद्यकशास्त्र पूर्णपणे कधीच संपलेले नव्हते. इ.स. ६ व्या शतकात कॅसिओडोरसने वैद्यकशास्त्रावरील ग्रंथांचे स्वतःचे ग्रंथालय उभे केले होते. अगदी अलीकडेच म्हणजे इ.स. १० व्या शतकात बेनिव्हेन्टन प्रतींमध्ये वैद्यकशास्त्रावरील ग्रीकांच्या काही ग्रंथांचे लॅटिन अनुवाद केलेले आढळतात. इ.स. १० व्या शतकामध्ये सालेर्नो हे रोगमुक्तीसाठीचे केंद्र म्हणून प्रसिद्धीस आलेले होते तर इ.स. ११ व्या शतकामध्ये ते वैद्यकीय अभ्यासासाठीचे केंद्र म्हणून प्रस्थापित झालेले होते. इ.स. ११२७ पिसाचा स्टिफन लिहितो की सिसिलीमध्ये आणि सालेर्नोला ग्रीक आणि अरबीशी परिचय असणारे अभ्यासक आढळतात.

आफ्रिकेच्या कॉन्स्टन्टाइनने हिप्पोक्रेटिस आणि गॅलेन यांचे काही लिखाण अरबीमधून लॅटिनमध्ये आणले. इ.स. ११६१ मध्ये हिल्डेशायमच्या बिशपच्या वैद्यक शास्त्राच्या ग्रंथालयात २६ ग्रंथांच्या संहिता होत्या; यातील बऱ्याचश्या संहितांचा लॅटिन अनुवाद आफ्रिकेच्या कॉन्स्टन्टाइनने केलेला होता. मात्र इ.स. १२ व्या शतकाच्या उत्तरार्धात वैद्यकशास्त्रावरील बऱ्याचश्या संहिता पश्चिमेमध्ये आल्या. यातील पिसाच्या बुर्गुन्डिओने काही ग्रीक संहितांचा लॅटिन अनुवाद केला तर क्रेमोनाच्या गेरार्डने मुख्यतः अरबी संहितांचा लॅटिन अनुवाद उपलब्ध करून दिला. यास पुरवणी स्वरूपाचे वैद्यकीय साहित्य म्हणजे वैद्यकशास्त्रावरील अरबीमधील भाष्ये आणि अली-बेन-अब्बास आणि आयझॅक ज्यू यासारख्यांचे संक्षिप्त स्वरूपाचे लिखाण होय. इ.स. १२ व्या शतकाच्या अखेरीस अरब जगतामध्ये वैद्यकशास्त्रावरील प्रमाणित ग्रंथ म्हणून समजला जाणारा ॲव्हिसेनाचा 'कॅनन' (वैद्यकशास्त्राची सूत्रे) लॅटिनमध्ये उपलब्ध झाला; वैद्यकशास्त्राचा हा एक प्रकारे ज्ञानकोशच होता. वैद्यकशास्त्रावरील हे सर्व साहित्य लॅटिनमध्ये आल्यामुळे वैद्यकशास्त्राचा अभ्यासक्रम तयार करणे विद्यापीठांना शक्य झाले. यात हिप्पोक्रेटिसची सूत्रे 'ॲफॉरिझम्स' गॅलेनचे 'टेग्नी', अली-बेन-अब्बासचे 'पॅन्टेग्नी', आणि आयझॅक या ज्यूचे ग्रंथ, ॲव्हिसेनाच्या 'कॅनन', यांचा समावेश होतो.

तत्त्वज्ञान :-

इ.स. १२ व्या शतकामध्ये ॲरिस्टॉटलचे विज्ञान आणि तत्त्वज्ञानविषयीचे सर्व लिखाण उपलब्ध झाले. मध्ययुगात प्लेटोपेक्षा ॲरिस्टॉटलला सातत्यपूर्वक प्राधान्य राहिले. बोएथिअसने जे ॲरिस्टॉटलचे तर्कशास्त्र सांगितलेले होते त्यामुळे ॲरिस्टॉटलबाबत अगोदरच स्वीकारार्ह मानसिकता तयार झालेली होती. प्लेटो ज्या विषयांबाबतची मांडणी मोकळेपणाने करतो ती संवादाच्या स्वरूपात करतो. मात्र प्लेटो मध्ययुगात पूर्णपणे परिचित

कधीच झालेला नव्हता. प्लेटोचे 'टिमीअस' हेच काय ते व्यापक प्रमाणावर माहीत होते. अर्थात 'टिमीअस'मध्ये संवाद तुलनेने कमी आहेत. मध्ययुगामध्ये हस्तपुस्तिकांना आणि पाठ्यपुस्तकांना प्राधान्य राहिले; तत्त्वज्ञान आणि विज्ञानाच्या प्रत्येक क्षेत्रात ॲरिस्टॉटलच्या नावाने हस्तपुस्तके आणि पाठ्यपुस्तके आली. अरबांच्याकडून ॲरिस्टॉटलच्या लिखाणास पुष्टी मिळाली; त्यांच्या भाष्यांनी ॲरिस्टॉटलच्या लिखाणाबाबतचा अधिक खुलासा झाला आणि त्यांच्या प्रमुख तत्त्ववेत्यांनी त्याला मोठ्या उंचीवर ठेवले.

मध्ययुगामध्ये प्लेटोवादाबद्दलही काही माहिती होती; इ.स. १२ वे शतक मध्ययुगातील प्लेटोवादाबद्दलचे अधिक क्रियाशील शतक होय. अर्थात प्लेटोचे जे साहित्य उपलब्ध होते त्यात या काळामध्ये फार मोठी भर पडली असा याचा अर्थ नव्हे. प्लेटोचा जो संवाद पश्चिमेमध्ये सहजपणे उपलब्ध होता तो म्हणजे 'टिमीअस' अथवा अधिक खरे म्हणजे इ.स. ४ थ्या शतकातील चाल्सिडिअसच्या अनुवादासोबत भाष्यासह असलेली ५३ प्रकरणे. इ.स. ११५६ च्या आसपास कॅटॅनिआच्या ॲरिस्टिपसने प्लेटोच्या 'मेनो' आणि 'फीडो' यांचा अनुवाद केला. अर्थात या अनुवादांचा व्यापक प्रमाणावर प्रभाव पडला नाही. प्लेटोबाबतचा परिचय हा प्रायतः अप्रत्यक्ष स्वरूपातील होता आणि तो सिसेरो आणि बोएथिअस, मॅक्रोबिअस आणि अपुलायस आणि सेंट ऑगस्टीन यांच्यामुळे होता. काही नवप्लेटोवादी साहित्याचा अरबीमध्ये अनुवाद झालेला होता आणि इ.स. १२ व्या शतकाच्या उत्तरार्धात त्याच्याशी परिचय होत गेला. प्लेटोबाबत उल्लेख जरी आदराने होत असला तरी प्लेटोचे उपलब्ध साहित्य मर्यादित स्वरूपात होते आणि तेही प्रत्यक्ष उपलब्ध नव्हते. साहित्यिक कलाकार म्हणून प्लेटोबद्दलची काहीही माहिती नव्हती आणि सॉक्रेटिसबद्दल अगदीच थोडी माहिती होती. ॲन्सेल्मला काही प्रमाणात प्लेटोबरोबर मनाने जवळीक वाटत होती. इ.स. १२ व्या शतकात प्रायतः चारत्रेजच्या शिक्षणसंस्थेने प्लेटोच्या आदर्शवादाचे प्रतिनिधित्व केले.

चारत्रेजचे बर्नार्ड आणि थिएरी, कोन्चेसचा विल्यम, गिल्बर्ट दे ला पोरे हे प्रमुख प्लेटोवादी म्हणून ओळखले जात. याबरोबर बाथचा ॲडेलार्ड, बर्नार्ड सिल्व्हेस्टर आणि हेरमन कॅरिन्थिआ (थिएरीचा विद्यार्थी) या लेखकांचाही प्लेटोवादी म्हणून उल्लेख करता येईल. चारत्रेजच्या बर्नार्डचे साहित्य आज उपलब्ध नाही, मात्र सॅलिसबरीचा जॉन त्याचा उल्लेख त्याच्या काळातील अतिशय परिपूर्ण प्लेटो अशा शब्दात करतो. मात्र ॲरिस्टॉटलचे सर्व ग्रंथ उपलब्ध झाल्यानंतर प्लेटोचा प्रभाव बाजूला पडतो.

ॲरिस्टॉटलच्या एकूण लिखाणापैकी कित्येक भाग मध्ययुगात हळूहळू स्वीकारले गेलेले होते. मध्ययुगाच्या आरंभी ॲरिस्टॉटलच्या ग्रंथांपैकी बोएथिअसने अनुवादित केलेल्या 'ऑरगॅनन'च्या तर्कशास्त्रावरील ६ पुस्तिका उपलब्ध होत्या. यापैकी 'डी

कॅटेगरीज' आणि 'डी इन्टरप्रिटेशन' याखेरीज बाकीच्या सर्व पुस्तिका इ.स. १२ व्या शतकापर्यंत दृष्टिआड झालेल्या होत्या. उपलब्ध असलेल्या या दोन पुस्तिकांना 'जुने तर्कशास्त्र' म्हणून ओळखले जाऊ लागले. नवे तर्कशास्त्र म्हणजे 'प्रायर आणि पोस्टेरिअर ॲनॅलिटिक्स', 'टॉपिक्स', आणि 'एन्टेलेकी' हे होय. इ.स. ११२८ नंतर लवकरच त्या विविध स्वरूपात पुन्हा पुन्हा दिसू लागल्या. या पुस्तिकांमधील अधिकप्रगत पुस्तिका म्हणजे 'पोस्टेरिअर ॲनॅलिटिक्स' ही पुस्तिका इ.स. ११५९ पर्यंत आत्मसात होण्याच्या प्रक्रियेत होती. इ.स. १२ वे शतक संपेपर्यंत ॲरिस्टॉटलचे संपूर्ण तर्कशास्त्र युरोपच्या विचारात आत्मसात झालेले होते. ॲरिस्टॉटलचे 'फिजिक्स' आणि नैसर्गिक विज्ञानावरील कमी महत्त्वाच्या पुस्तिकांचा उदा. 'मिटिरिऑलॉजी', 'डी जनरेशन' आणि 'डी ॲनिमा' यांचा अनुवाद इ.स. १२०० च्या फार अगोदर झालेला नव्हता. मात्र ग्रीक आणि अरबी स्रोतांवर आधारित होणाऱ्या अध्यापनाच्या काही खुणा यापेक्षाही अगोदरच्या काळातील मिळतात. इ.स. १२०० च्या आसपास 'मेटॅफिजिक्स' आले; प्रथम संक्षिप्त स्वरूपात आणि नंतर पूर्ण स्वरूपात. इ.स. १२६० च्या आसपास ॲरिस्टॉटलचे उर्वरित ग्रंथही उपलब्ध झाले : - 'ऑन ॲनिमल्स', 'एथिक्स' आणि 'पॉलिटिक्स' आणि अपूर्ण स्वरूपात 'ऱ्हेटॉरिक्स' आणि 'पोएटिक्स' आणि याबरोबरच आभासी ॲरिस्टॉटलच्या नावाने पुस्तिकाही. परिणामी ग्रीक आणि अरबीमधून झालेल्या अनुवादांच्या संहितांची तुलना करण्यामध्ये अभ्यासक गुंतले गेले.

ॲरिस्टॉटलचे 'न्यू लॉजिक' नवे तर्कशास्त्र हे फक्त ग्रीक संहितांच्या अनुवादातूनच आले आणि त्यास परंपरावाद्यांचा आश्रय मिळाला. मात्र मेटॅफिजिक्स आणि नैसर्गिक विज्ञानावरील लिखाणाचा अनुवाद हा अरबी संहितांपासून करण्यात आलेला होता; त्याबरोबर अरबी भाष्ये आणि स्पष्टीकरणेही आली. ख्रिस्ती युरोपला याबद्दल संशय वाटत होता. ॲरिस्टॉटलबरोबर ॲव्हेरूसही आला. ॲरिस्टॉटल हा ख्रिस्ती नव्हता; हिब्रूही नव्हता. ॲरिस्टॉटलच्या तत्त्वज्ञानात उदा. विश्वाच्या सनातनपणाबद्दलची तत्त्वप्रणाली आहे आणि ती ज्यू, ख्रिस्ती आणि मुस्लीम यांनी विश्वाच्या निर्मितीबद्दल जो दृष्टिकोन घेतलेला होता त्या विरोधात जात असल्यामुळे त्याबाबतचे स्पष्टीकरण देणे स्कोलॅस्टिकांना आवश्यक झाले. परंपरेला अधिक धरून जाणारे मुस्लीम ॲव्हिसेना आणि हिब्रू मेमोनायडीस यांनी ॲरिस्टॉटल आणि सनातनी धर्मशास्त्र यातील भेद कमी करण्याचे प्रयत्न केले. मात्र असे काही उद्दिष्ट ॲव्हरूसने (इ.स. ११२६-९८) समोर ठेवले नाही.

ॲव्हरुसचा प्रभाव मुस्लीम जगतापेक्षा ख्रिस्ती जगतावर अधिक राहिला. ॲव्हरुसच्या लिखाणाने ख्रिस्ती जगताला मोठा धक्काही दिला. इ.स. १२१० मध्ये पॅरिसच्या प्रॉव्हिन्शिअल कौन्सिलने ॲरिस्टॉटलचे नव्याने आलेले नैसर्गिक तत्त्वज्ञान आणि त्यावरील

भाष्ये यास प्रतिबंध केला; इ.स. १२१५ मध्ये या प्रतिबंधाची पुनरावृत्ती करण्यात आली आणि हे निःसंदिग्धपणे 'मेटॅफिजिक्स'ला लागू पडले. इ.स. १२३१ मध्ये पोपने, या ग्रंथांमधील सर्व दोष विशेष समितीद्वारा काढून टाकेपर्यंत, त्यांचा अभ्यास करण्यास पॅरिसमध्ये प्रतिबंध केला गेला तरीही प्रत्यक्षात असे काही शुद्धीकरण घडून आले नाही. मात्र यातील अडचणी सौम्य करून त्यांचे स्पष्टीकरण देण्यात आले आणि अरबी अन्वयार्थ काढून टाकण्यात आले. इ.स. १२५५ पर्यंत नवीन ॲरिस्टॉटल पॅरिस विद्यापीठात 'मास्टर ऑफ आर्ट्स' साठी पूर्णपणे लागू करण्यात आला. विद्यापीठाने केलेल्या कायद्यात जरी ॲव्हेरूसचे नाव आढळले नाही तरी ॲरिस्टॉटलवरील त्याच्या भाष्याचा अगदी १७ व्या शतकापर्यंत नियमितपणे अभ्यास होत राहिला. डान्टेच्या 'इन्फार्नो'मध्येही त्यास स्थान मिळाले.

इ. स. १०९२ पूर्वी नामतत्त्ववादी रोस्सेलिनसने स्कोलॅस्टिसिझमचा 'युनिव्हर्सल्स' संबंधित मोठा प्रश्न उपस्थित केला. अन्सेल्म (मृत्यू ११०९) हा रोस्सेलिनसचा विरोधक. त्याचे तत्त्वज्ञान हे मूलतः तर्काधिष्ठित धर्मशास्त्रीय मांडणी आहे. त्याने ईश्वराच्या अस्तित्वाबदल तात्त्विक मांडणी केली आहे. त्याने न्याय आणि सत्य या अमूर्त संकल्पनांचे स्वतंत्र अस्तित्व सिद्ध करण्याचा प्रयत्न केला. त्याचे प्रसिद्ध तत्त्व म्हणजे : 'जी सुव्यवस्था मी समजू शकेन त्या सुव्यवस्थेवर मी विश्वास ठेवतो.'

या काळातील गूढवादी तत्त्ववेत्ता सेंट व्हिक्टरचा ह्यू (इ.स. १०९६-११४१) याने उदारमतवादी ज्ञानास मोठे महत्त्व दिले; प्रामुख्याने पवित्र ग्रंथांमधील लपलेला अर्थ शोधण्यासाठी. त्याने ख्रिस्ती धर्मातील संस्कारांविषयी - 'ऑन द सॅक्रमन्ट'-मोठे पुस्तक लिहिले.

मध्ययुगीन रेनेसाँमधील एक महत्त्वाचा तत्त्ववेत्ता म्हणजे पीटर ॲबेलार्ड (इ.स. १०७९-११४२) होय. स्कोलॅस्टिसिझमच्या घडणीत त्याचे मोठे योगदान आहे. त्याने त्याच्या 'सिक एट नॉन'मध्ये (होय किंवा नाही) धर्मशास्त्रातील आणि नीतिशास्त्रामधील महत्त्वाचे प्रश्न हाताळले; त्यासाठी आरंभीच्या ख्रिस्ती आचार्यांची अनुकूल आणि प्रतिकूल मते संग्रहित केली आणि त्यातील परस्परविरोध तीव्रपणे दाखविला. त्याने खरी किंवा वरवर दिसणारी विसंगती सोडवायची नाही याबाबत काळजी घेतली. अप्रमादशीलपणा फक्त तो पवित्र शास्त्रालाच देतो. नक्कलकाराच्या चुका किंवा सदोष समज यामुळे निर्माण झालेल्या विसंगती तो स्पष्ट करतो. तो असे म्हणतो की 'आपण शंका घेऊ लागलो की चौकशी करू लागतो, आणि चौकशी करू लागलो की आपणास सत्याचे आकलन होते.'

ॲबेलार्डच्या पद्धतीचा अवलंब ग्रेशिअनने त्याच्या 'कन्कर्ड ऑफ डिस्कॉर्डन्ट

कॅनन्स'मधे केला. विधानाची मांडणी, त्यास विरोध आणि त्याचे निरसन हा स्कोलॅस्टिक स्पष्टीकरणाचा नेहमीचा ढाचा ठरला. स्कोलॅस्टिक पद्धतीची अगदी सविस्तर मांडणी सेंट थॉमस अॅक्विनासने केली. इ.स. १२ व्या शतकाच्या आरंभी अभ्यासकांनी युक्तिवादशास्त्राच्या (डायलेक्टिक) अभ्यासास प्रोत्साहन दिले. ॲरिस्टॉटलचे नवे तर्कशास्त्र (न्यू लॉजिक) उपलब्ध झाल्यामुळे आणि ते आत्मसात झाल्यामुळे युक्तिवादशास्त्राच्या अभ्यासास बळकटी आली. त्यामुळेच इ.स. १२ वे शतक हे प्राधान्याने तर्कशास्त्राचे युग म्हणून ओळखले गेले. यापूर्वी तिपदरी ज्ञानमार्गाने एका बाजूला तर्कशास्त्र तर दुसऱ्या बाजूला व्याकरण, आणि लेखन आणि वक्तृत्व संपन्न करणारी कला (ऱ्हेटॉरिक) यामध्ये संतुलन साधलेले होते. युक्तिवादशास्त्रात प्रभुत्व मिळविण्यासाठी नवीन साहित्य मोठ्या प्रमाणावर उपलब्ध झाले होते. व्याकरण आणि साहित्याच्या अभ्यासास पूर्वी वेळही मिळत होता आणि त्यांच्या अभ्यासासाठी कलही होता आणि असे चित्र आपणास चारत्रेजच्या शिक्षणसंस्थेत आढळत होते. हे चित्र बदलत गेले. त्यामुळेच अभिजात ज्ञानाच्या अभ्यासाकडे होणारे दुर्लक्ष आणि नवीन अभ्यासविषयांना मिळालेले प्राधान्य हे सर्व पाहून, सॅलिसबरीचा जॉन, केवळ खंत व्यक्त करू शकतो. शाळांमधून तर्कशास्त्राच्या अभ्यासास मिळालेल्या प्राधान्यामुळे साहित्याचा अभ्यास मागे पडला आणि इ.स. १३ व्या शतकात तर विद्यापीठांच्या अभ्यासक्रमामध्ये लॅटिन अभिजात ग्रंथांच्या अभ्यासास स्थान राहणार नव्हते.

सॅलिसबरीचा जॉन

सॅलिसबरीचा जॉन या इंग्रजाने इ. स. ११३७ ते ११४९ या काळातील फ्रान्समधील शिक्षणाबाबतचा पूर्ण वृत्तान्त लिहून ठेवलेला आहे. या काळातील तो खरोखरचा प्रतिनिधीक विद्वान होय. त्या काळात एक नियमित स्वरूपाचा अभ्यासक्रम असा नव्हता. विद्यार्थी, एका शाळेतून दुसऱ्या शाळेत आणि एका विषयापासून दुसऱ्या विषयाकडे, त्यांच्या आनंदाप्रित्यर्थ भ्रमंती करत. त्यांनी कोणत्याही एका ज्ञानशाखेचा ठराविक वर्षांच्या कालखंडात अभ्यास पूर्ण केला पाहिजे, असे कोणतेही बंधन त्यांच्यावर नव्हते.

सॅलिसबरीच्या जॉनचा अभ्यासाचा कालखंड हा १२ वर्षांचा आहे. या काळात तो काही काळ खासगीरीत्या शिकवतही होता आणि त्याबरोबरच नामवंत अध्यापकांची व्याख्यानेही ऐकत होता. प्रथम तो पॅरिसला गेला आणि तेथे त्याने तर्कशास्त्राचा अभ्यास केला. पीटर ॲबेलार्ड याने सेंट गिल्डास येथून आपली सुटका करून घेतलेली होती आणि तो जिनिव्हिव्ह येथे पुन्हा व्याख्याने देऊ लागलेला होता. येथेच सॅलिसबरीच्या जॉनने शिष्य म्हणून ॲबेलार्डकडून धडे घेतले. येथून ॲबेलार्डला जावे लागल्यामुळे

जॉनला वास्तववादी, परंपरानिष्ठ, तर्कविद्यानिपुण राइम्सचा अल्बेरिक आणि मेलूनचा रॉबर्ट यांच्याकडे जावे लागले.

जॉनने दोन वर्षांनंतर पॅरिस सोडले; तो चारत्रेजला गेला आणि तेथे तीन वर्षे प्रसिद्ध वैयाकरणी कौन्चेसचा विल्यम याच्याकडे अभ्यास केला. चारत्रेजला चारपदरी ज्ञानमार्गाच्या विषयांचे रिचर्ड (पहिला) एव्हिक याच्याकडे अध्ययन केले. तसेच त्या काळातील प्रसिद्ध तर्कशास्त्री गिल्बर्ट दे ला पोरे याच्याकडे ख्रिस्ती धर्मशास्त्र आणि तर्कविद्याशास्त्राचे अध्यन केले.

त्यानंतर जॉन पॅरिसला परत आला आणि तेथे रॉबर्ट पुलिन आणि पोस्सीचा सायमन यांच्याकडे त्याने ख्रिस्ती धर्मशास्त्राचा अभ्यास केला.

या विविध विषयांचा अभ्यास करताना जॉनची अभिजात साहित्याच्या अभ्यासामध्ये विशेष रुची होती; त्या काळात अभिजात साहित्याच्या अभ्यासावरील व्याख्यानांना व्याकरणावरील व्याख्याने असे म्हटले जाई. त्याने कोन्चेसच्या विल्यमची अध्यापनपद्धती सांगितलेली आहे. चारत्रेजचा बर्नार्ड हा विल्यमचा गुरू; विल्यमने बर्नार्डच्या अध्ययन पद्धतीचा अवलंब केला. त्याने त्याची अध्यापन पद्धती क्विन्टिलिअनच्या सूचनांवर आधारलेली होती. अभिजात काळातील शिक्षणपद्धतीच्या तत्त्वांशी याचे साम्य आढळते. विल्यमने व्याख्यानांमध्ये वाचनासाठी सांगितलेल्या ग्रंथयादीत अभिजात लॅटिनचे संपूर्ण क्षेत्रच आणलेले होते. वर्गात ज्या परिच्छेदांचे वाचन होई त्यातील शब्दांचे व्याकरण चालविण्याबाबत तसेच काव्यपंक्तीतील मात्रांची मोजणी, परिच्छेदातील वाक्यरचना, व्याकरणातील भाषेचे अलंकार किंवा वक्तृत्वात अलंकारिकरीत्या वापरलेला शब्द किंवा शब्दसमूह याबाबतच्या प्रश्नांसंबधी माहिती देई. यानंतर त्यास परिच्छेदांमध्ये आढळलेले शब्दयोजनेतील वैविध्य लक्षात आणून देई आणि निरनिराळ्या मार्गांनी हे कसे व्यक्त करता येईल हे स्पष्ट करी. थोडक्यात लेखकाच्या संपूर्ण भाषाशैलीचे सर्वांगीण आणि तपशीलवार विश्लेषण केले जाई आणि ते विद्यार्थ्यांच्या मनात चांगले ठसे.

त्यानंतर विल्यम विषयाच्या मजकुराकडे वळे आणि त्याबद्दलचे स्पष्टीकरण देई आणि भौतिक विज्ञान किंवा नीतिबाबतचे जे आनुषंगिक अप्रत्यक्ष उल्लेख आलेले असतील त्याबाबत विस्ताराने मांडणी करी.

दुसऱ्या दिवशी सकाळी विद्यार्थ्यांना, आदल्या दिवशी जे शिकवलेले होते ते, म्हणून दाखवावे लागे; विद्यार्थ्यास सांगता नाही आले तर त्यास कडक शासन होई. भाषाशैलीचे सौंदर्य आणि प्रवाहीपणा संपादन करण्यासाठी, विशिष्ट अभिजात नमुन्यांवर आधारित, लॅटिन गद्य आणि काव्य रचना यासंबंधी दररोज सराव होत असे. विद्यार्थ्यांमध्ये दिलेल्या विषयांवर संभाषण आणि चर्चा वारंवार होत असत.

जॉनने त्याच्या 'मेटॅलॉजिकस'मध्ये व्याकरण किंवा भाषारचनाशास्त्राचे समर्थन करण्याचा प्रयत्न केलेला आहे. तो त्याच्या लिखाणामध्ये, त्यास आढळलेल्या उथळ आणि शब्दच्छल स्वरूपाच्या चर्चासंबंधी खेद व्यक्त करतो. एक शैक्षणिक साधन म्हणून तर्कशास्त्राचे महत्त्व ओळखतो. तर्कशास्त्रास बाजूला ठेवून घेतलेले शिक्षण हे निष्फळ आहे, असे त्यास वाटते. एकप्रकारे तो हरत चाललेल्या गोष्टींचे (अभिजात साहित्याच्या अभ्यासाचे कमी होत जाणारे महत्त्व) समर्थन करण्याचा प्रयत्न करतो.

सारांशः-

इ.स. १२ व्या शतकात घडून आलेल्या ज्ञानाच्या पुनरुज्जीवनाचा आणि विद्यापीठांचा उदय यांचा अन्योन्य संबंध आहे. मागे सांगितल्याप्रमाणे मध्ययुगाच्या आरंभीच्या काळात ज्ञान हे मन मुक्त करणाऱ्या सात विषयांपुरतेच - 'सेव्हन लिबरल आर्ट्स' - मर्यादित होते. याकाळात व्याकरण, लेखन आणि वक्तृत्व संपन्न करणारी कला ('ऱ्हेटॉरिक') तर्कशास्त्र या विषयांचे प्राथमिक स्वरूपाचे ज्ञान आणि अंकगणित, खगोलशास्त्र, भूमिती आणि संगीत या विषयांचे अगदीच प्राथमिक असणारे ज्ञान यापलीकडे फारसे काही ज्ञान नव्हते.

इ.स. ५ व्या शतकात मार्टिआनुस कपेलाच्या पुस्तकातील तिपदरी ज्ञानमार्ग ('ट्रिव्हिअम') आणि चार पदरी ज्ञानमार्ग ('क्वाड्रिव्हिअम') या अभ्यासाच्या विषयांबद्दलचे ज्ञान हेच आरंभीच्या मध्ययुगातील ज्ञान होय. या काळातील मठांच्या आणि कॅथीड्रल शाळांमधील अभ्यासाची पाठ्यपुस्तके अगदीच थोडी आणि साधी होती :- डोनाटस आणि प्रिस्किअन यांचे लॅटिन व्याकरणावरील पुस्तक आणि याबरोबर प्राथमिक वाचनासाठीची पुस्तके, बोएथिअसची तर्कशास्त्र, वक्तृत्व आणि लेखन संपन्न करणारी कला, अंकगणित, संगीत, भूमितीमधील अगदी सामान्य स्वरूपाची प्रमेय यावरील पुस्तिका आणि बेडेची खगोलशास्त्राची रूपरेखा सांगणारी पुस्तिका. यामध्ये ग्रीकांच्या ग्रंथांचा समावेश नव्हता.

मध्ययुगीन काळात ॲरिस्टॉटलचा मोठा प्रभाव होता. ॲरिस्टॉटलचा हा प्रभाव एक तर्कशास्त्री म्हणून विशेष होता. ॲरिस्टॉटलबरोबर स्पर्धा करू शकेल अशी अन्य दुसरी कोणतीही तर्कशास्त्राची पद्धती नव्हती. उत्तर मध्ययुगात ॲरिस्टॉटलचे विविध विषयांवरील लिखाण माहीत होते. मात्र प्लेटोच्या माहीत असलेल्या लिखाणाची व्याप्ती फार मोठी नव्हती. प्लेटोच्या 'टिमीअस'चा चाल्डिअसने केलेला अनुवाद, त्याचे 'फीडो' आणि 'मेनो' यांचा अपवाद वगळता प्लेटोचे उर्वरित लिखाण संपूर्ण मध्ययुगात माहीत नव्हते. ज्या काळात स्कोलॅस्टिक तत्त्वज्ञान आकार घेत होते त्या काळात तर नक्कीच

माहीत नव्हते. प्लेटोचे जे लिखाण माहीत होते त्याचे वितरणही मर्यादितच होते. मध्ययुगात, स्वतः ॲरिस्टॉटलने त्याच्या लिखाणामध्ये प्लेटोबद्दलची व्यक्त केलेली मते किंवा मॅक्रोबिअस किंवा ऑगस्टीनमध्ये प्लेटोच्या अध्यापनाबद्दलची विखंडित स्वरूपातील माहिती यापेक्षा प्लेटोबद्दल फारसे काही माहीत नव्हते. प्लेटोच्या चित्तत्त्वांबद्दलच्या सिद्धान्ताशिवाय त्याच्याबद्दल फारच थोडे माहीत होते. मात्र याबाबत प्लेटो आणि ॲरिस्टॉटल यांच्यामध्ये असलेल्या मतभेदांनी मध्ययुगातील वैचारिक जगताला मोठेच खाद्य दिले. यातूनच सामान्य सिद्धान्तांबद्दलची कधीही न संपणारी बौद्धिक चर्चा सुरू झाली.

१३ व्या शतकाच्या आरंभापासून स्पेनमधील मूरांबरोबरील परस्पर संबंधातून, कॉन्स्टॅन्टिनोपलवरील विजयामुळे, धर्मयुद्धांच्या माध्यमातून, धाडसी अभ्यासकांच्या प्रवासांमुळे पश्चिम युरोपचा पूर्वेकडील संपर्क वाढत गेला. परिणामी ॲरिस्टॉटलचे ग्रंथ पश्चिम युरोपात हळूहळू उपलब्ध होऊ लागले.

ॲरिस्टॉटलचे काही ग्रंथ मूळ ग्रीक ग्रंथांचे अनुवाद म्हणून माहीत झाले. जुन्या सिरियाई किंवा अरबी अनुवादांचे लॅटिन अनुवाद अधिक संख्येने माहीत झाले. ॲरिस्टॉटल तर्कशास्त्री म्हणून मान्यता पावलेला होता. त्याचे तर्कशास्त्रावरील सर्व लिखाण आता माहीत झाले. अधिभौतिकशास्त्र, नीतितत्त्वज्ञान आणि निसर्गाचे विज्ञान या विषयांवरील ॲरिस्टॉटलचा शब्द हा जवळजवळ अंतिम शब्द म्हणून मान्य पावलेला होता. ॲरिस्टॉटलचे हे सर्व ज्ञान समजावून घेण्यासाठी मोठ्या संख्येने विद्यार्थी प्रयत्न करू लागले. याचा एक परिणाम अभिजात वाङ्मयाच्या अभ्यासाकडे दुर्लक्ष होण्यात झाला विद्यार्थी व्याकरणाचे नियम शिकला आणि नेहमीच्या उपयोगातील संभाषणी लॅटिन शब्दकोश त्यास माहीत झाला की तो असाहित्यिक परिभाषा संपादन करण्याकडे वळे त्यामुळेच या काळात विद्वान मंडळी व्याकरणाच्या आणि इतिहास विषयाच्या प्रशिक्षणाचा अभाव असत्यासंबंधी तक्रार करीत असल्याचे आढळते.

व्याकरण हा परीक्षेचा एक विषय होता. परंतु त्यासाठी केवळ प्रिस्किअन आणि डोनाटस यांचेच ग्रंथ प्रातिनिधिक स्वरूपात उपलब्ध होत. लिखाण आणि वक्तृत्व संपन्न करणाऱ्या विषयास केवळ पूरक विषय म्हणूनच मान्यता होती; यापेक्षा अधिक काही नाही. विद्यार्थ्यांचे सर्व लक्ष तर्कशास्त्र आणि ॲरिस्टॉटलवर होते. 'ग्रामर स्कूल'मधील विद्यार्थी कदाचित 'ओव्हिड' आणि 'कॅटो' यांचा उपयोग करून शिकत असतील, तथापि यापुढे कवी, इतिहासकार, प्राचीन रोमचे वक्ते यांच्याबद्दलचे आकर्षण वय वर्षे १४-१६ या वयोगटातील विद्यार्थ्यांना राहिलेले नव्हते.

इ.स. १२ व्या शतकात नवीन ज्ञानाचे अंतर्वहन झाले; हे अंतर्वहन अंशतः इटली

आणि स्पेनमधून आणि प्राधान्याने स्पेनमधील अरब विद्वानांच्या मार्फत झाले. इ.स. १२ व्या शतकातील या ज्ञानाच्या पुनरुज्जीवनामुळे - रेनेसाँ - अल्पप्रमाणात ज्ञान असलेल्या या अभ्यासाविषयांचा ज्ञानविस्तार झाला आणि यामध्ये भर पडली ती टॉलेमीचे खगोलशास्त्र, युक्लिडचे संपूर्ण लिखाण, ॲरिस्टॉटलचे संपूण तर्कशास्त्र आणि व्याकरण, ग्रीकांचे वैद्यकशास्त्रावरील ग्रंथ, नवीन अंकगणित, रोमन कायद्याच्या माहीत नसलेल्या संहिता. युरोपला त्रिकोण आणि वर्तुळाबद्दलची प्राथमिक प्रमेये माहीत झाली; प्रतलीय भूमिती आणि त्रिमिती भूमिती याबद्दलची पुस्तके उपलब्ध झाली. रोमन अंकदर्शी अक्षरांद्वारे गुणाकार, भागाकार करणे ही कमालीची डोकेदुखी होती आणि आता अरबी संख्या आल्यामुळे त्यांच्या मदतीने गणिती आकडेमोड करणे सोपे झाले. या विषयांच्या अभ्यासात लॅटिनमधील अभिजात ग्रंथांच्या वाचनास मोठे प्रोत्साहन मिळाले. लॅटिन अभिजात ग्रंथांचे महत्त्व आपणास चारत्रेज आणि ऑर्लिअन्स येथील कॅथीड्रल्स शाळांच्या अभ्यासक्रमात दिसून येते. अर्थात या काळात तर्कशास्त्र, कायदा आणि लेखन आणि वक्तृत्व संपन्न करणारी कला या विषयांना अधिक महत्त्व प्राप्त झाले. परिणामी अभिजात साहित्याच्या अभ्यासाचे महत्त्व कमी झाले. इ.स. १३ व्या शतकामध्ये विद्यापीठांच्या अभ्यासक्रमात साहित्याच्या अभ्यासास स्थान दिल्याचे कोठेच आढळत नाही.

इ.स. १२५० च्या आसपास फ्रेंच कवी हेन्री डी आन्देली त्याच्या 'बॅटल ऑफ द सेव्हन आर्ट्स'मध्ये अभिजात कालखंडाचे समर्थन जरी करत असला तरी त्याचा तो प्रयत्न एका हरत चाललेल्या लढाईच्या बचावाचा भाग होता. आरंभीच्या विद्यापीठांच्या अभ्यासक्रमात प्राचीन अभिजात ग्रंथ आणि देशी भाषेतील साहित्य यांच्या अभ्यासाचा अभाव आढळतो. कला शाखेच्या विषयांच्या अभ्यासक्रमात तर्कशास्त्र किंवा लेखन आणि वक्तृत्व संपन्न करणारी कला या विषयांच्या अभ्यासास अधिक महत्त्व प्राप्त झाले.

इ.स. १२१५ मधील पॅरिस विद्यापीठाच्या अभ्यासक्रमात ॲरिस्टॉटलच्या तर्कशास्त्रावरील सर्व ग्रंथांचा अंतर्भाव झालेला आढळतो. मध्ययुगाच्या संपूर्ण उत्तरार्धात कलाशाखेच्या विषयांमध्ये तर्कशास्त्र विषयाच्या अभ्यासास प्राधान्य मिळालेले दिसते. तर्कशास्त्र विषयाचे महत्त्व केवळ एका प्रमुख विषय म्हणून नव्हते तर इतर सर्व विषयांच्या अभ्यासपद्धतीतही त्याचे महत्त्व होते. तत्त्वज्ञान, ख्रिस्ती धर्मशास्त्र, कायदा आणि वैद्यकशास्त्र यांच्या अभ्यासात बौद्धिक शिस्तीला महत्त्व प्राप्त झालेले होते. दोन विधानांवर आधारित अनुमान तर्कपद्धती ('सिलजिझम') वादविवाद आणि प्रबंध मांडणीच्या संदर्भात समर्थनार्थ आणि विरोधात केलेल्या युक्तिवादाची व्यवस्थित मांडणी ही या काळात एक प्रकारे बौद्धिक शिस्तच झालेली होती. इ.स. १२५४ मधील पॅरिस विद्यापीठाच्या अभ्यासक्रमात अर्थातच ॲरिस्टॉटलचे तर्कशास्त्र, तसेच त्याचे नीतिशास्त्र अधिभौतिक

शास्त्र आणि यापूर्वी प्रतिबंधित केलेल्या निसर्ग विज्ञानावरील त्याच्या पुस्तिका यांचा अंतर्भाव केलेला आढळतो. ॲरिस्टॉटलच्या तर्कशास्त्र पद्धतींच्या आधारे ख्रिस्ती धर्मशास्त्राच्या अभ्यासपद्धती रचल्या गेल्या. जेव्हा सर्व काही युक्तिवादावर अवलंबून राहाते तेव्हा अर्थातच साहित्याच्या स्वरूपाबद्दलच्या कल्पनांना स्थान उरत नाही. उत्स्फूर्त साहित्यिक अभिव्यक्ती किंवा व्यापक स्तरावरील साहित्याच्या अभिव्यक्तीची ताकद हे काही मध्ययुगातील बौद्धिक जीवनाचे वैशिष्ट्य म्हणून आढळत नाही.

मध्ययुगात फार थोडे लिहू शकत होते आणि अगदीच थोडे पत्रलिखाण करू शकत होते. व्यावसायिक नक्कलकार आणि लेखप्रमाणक यांच्यामार्फत मध्ययुगातील पत्रलिखाण होत असे. या नक्कलकारांनी आणि लेखप्रमाणकांनी परंपरागत स्वरूपाच्या लेखन आणि वक्तृत्व संपन्न करणाऱ्या कलेच्या बाह्यलक्षणांचा साचेबंद स्वरूपात पत्रलिखाणात पाठपुरावा केला. शाळांमध्ये आणि पारंपरिक स्वरूपाच्या न्यायालयात ('चान्सरी') पत्रलिखाण आणि अधिकृत कायद्याबद्दलचे नियमित शिक्षण दिले जाऊ लागले. 'अर्स डिक्टॅमिनिस'चे अध्यापक म्हणजे 'मास्टर्स' म्हणजेच 'डिक्टेटोरेस' हे पत्रलिखाण आणि अधिकृत कायद्याबद्दलचे नियमित शिक्षण देण्यासाठी एका ठिकाणाहून दुसरीकडे जात असत. इ. स. १३ व्या शतकाच्या अखेरीस अशा अध्यापकांना काही विद्यापीठांमध्ये (विशेषतः इटली आणि दक्षिण फ्रान्स) स्थान मिळाले. त्यांनी सर्वप्रसंगी लिहावयाच्या पत्रलेखनासाठी सचिवाच्या कामाबाबतचे अभ्यासक्रम तयार केले. हे वक्तृत्व आणि लेखन संपन्न करणाऱ्या कलेचे व्यावसायिकरण होते.

साहित्य शाखेकडील 'मास्टर'च्या पदवीसाठी ॲरिस्टॉटलच्या प्रमुख ग्रंथांचे सखोल ज्ञान असणे आवश्यक होते. कलाशाखेकडील विषयांच्या अभ्यासात तर्कशास्त्र आणि तत्त्वज्ञान या विषयांना विशेष स्थान राहिले. याशिवाय ॲरिस्टॉटलच्या नैसर्गिक विज्ञानावरील पुस्तकांना प्राधान्य राहिले. चार पदरी ज्ञानमार्गाचा ('क्वाड्रिव्हिअम') विचार करता अरबी पुस्तकांच्या लॅटिन अनुवादाचा उपयोग केला जाई. अशा लॅटिन पुस्तिकांच्या आधारे अंकगणिताचा अभ्यास केला जाऊ लागला. आता अरबी संख्यावाचक अंक उपयोगात आलेले होते. भूमितीसाठी युक्लिड उपलब्ध होता; बीजगणित आणि त्रिकोणमितीसाठी नवीन अरबी पुस्तिकांचा लॅटिन अनुवाद उपलब्ध होता. ज्योतिषशास्त्रासाठी टॉलेमीचा 'अल्माजेस्ट' आणि अरबी खगोलशास्त्रीय कोष्टके होती. संगीतात बरीच प्रगती करण्यात आलेली होती; इ.स. १४ व्या शतकात नेदरलँड्समध्ये संगीताच्या अभ्यासास विशेष महत्त्व प्राप्त झालेले होते.

सालेर्नो : वैद्यकीय अभ्यासाचे केंद्र

इ.स. १२ व्या शतकामध्ये विद्यापीठांचा प्रथम उदय झाला. आधुनिक विद्यापीठाची मूलभूत वैशिष्ट्ये ही सालेर्नो, बोलोग्ना, पॅरिस, मॉन्टपेलिअर आणि ऑक्सफर्ड विद्यापीठांकडून आलेली आहेत. तेव्हापासून ते आजपर्यंत त्यात सातत्य आहे. आधुनिक विद्यापीठांच्या या परंपरेस यापेक्षा दुसरा वेगळा आधार नाही.

सालेर्नो हे नेपल्सच्या दक्षिणेला असलेले दक्षिण इटलीमधील किनारपट्टीवरील शहर. हे शहर वैद्यकीय सेवांसाठी प्रसिद्धीस आलेले होते. वैद्यकशास्त्राचा जनक हिप्पोक्रेटिस याच्या नावावरून हिप्पोक्रेटिसचे शहर 'सिव्हिटास हिप्पोक्रेटिका' - असे दुसरे नाव या शहरास पडलेले होते. या शहरातील वैद्यकीय सेवांबाबतची ख्याती उत्तर फ्रान्सपर्यंत पोहोचलेली होती. ख्रिस्ती धर्माच्या उदयानंतर मठांमधून जी वैद्यकीय सेवा आणि औषधोपचार केला जाई त्यापासूनचा महत्त्वपूर्ण बदल सालर्नोतील वैद्यकीय सेवांपासून होतो. सालेर्नोमधील वैद्यक विषयाची शाळा फारशी संघटित नव्हती; तेथे केवळ कुशल वैद्यांचे मंडळ होते. मठांमधील वैद्यकीय सेवेमध्ये वांतिकारक औषधे, पारंपरिक रेचके आणि वनस्पतिऔषधांचा उपयोग केला जाई. मठांमध्ये रुग्णांसाठी खोल्या असत; तेथे रुग्णांबाबत स्नान घालणे, रक्त काढणे यासारख्या वैद्यकीय तत्रांचा अवलंब केला जाई. आजार होणे हा दैवी प्रकोप आहे असे समजले गेल्यामुळे वैद्यकीय तंत्राबरोबरच प्रार्थनेचे आणि अनुतापाचे महत्त्व बिंबविले जाई.

ग्रीक वैद्यकशास्त्र हे दक्षिण इटलीमधून कधीही पूर्णपणे लोप पावले नाही. इ.स. ६ व्या शतकामध्ये कॅसिडोरसने स्वतःचे ग्रंथालय उभे केले होते आणि त्यात ग्रीक लेखकांच्या वैद्यकशास्त्रावरील काही ग्रंथांचा लॅटिन अनुवाद उपलब्ध होता. या लॅटिन अनुवादाचा मागोवा इ.स. १० व्या शतकातील बेनिव्हिन्टन प्रतींमध्ये घेता येतो. या परंपरेत अपुरेपणा जरी असला तरी स्पष्टपणे असे दिसते की सालेर्नोमध्ये वैद्यकीय शिक्षणाची शाळा सुरू करण्यास ही गोष्ट पुरेशी होती.

सालेर्नोतील वैद्यकीय शिक्षण केंद्राच्या आरंभीच्या काळात तेथील वैद्यकीय तज्ज्ञांनी मठांमधील वैद्यकीय सेवेपेक्षा वेगळा दृष्टिकोन स्वीकारला; तो त्यांचा अधिक निधर्मी दृष्टिकोन होता. तेथे शिकाऊ उमेदवारीच्या काळात वैद्यकीय ज्ञानाबरोबर वैद्यकीय सेवेची कौशल्ये संपादन करण्यावर अधिक भर दिलेला होता. इ.स. ११ व्या शतकात वैद्यकशास्त्रावरील लिखाण उपलब्ध होत गेले. इ.स. २ ऱ्या शतकातील ग्रीक-रोमन वैद्य गॅलेन याच्या ग्रंथाचा लॅटिन अनुवाद असलेले संभवतः गॅरिओपॉन्टसचे 'पशोनेरिअस' हे या काळातील एक महत्त्वाचे हस्तलिखित होय. दुसरे महत्त्वाचे हस्तलिखित म्हणजे 'ट्रोटुला'; हे प्रसुतिशास्त्रावरील हस्तलिखित होय. या हस्तलिखितातील काही भाग ट्रोटुला नावाच्या स्त्रीने लिहिलेला असावा असे म्हटले जाते. ट्रोटुलाने सालेर्नोमध्ये प्रसूतीशास्त्र विषयाचे अध्यापन केलेले होते आणि वैद्यकीय व्यवसायही केलेला होता. मध्ययुगीन काळात स्त्रियांच्या आरोग्यासंबंधी 'ट्रोटुला' हे हस्तलिखित एक प्रमाणित वैद्यकीय संहिता मानली जात होती.

इ.स. १०७० च्या आसपास, संभवनियता अशी की सालेर्नो शहराचा आर्चबिशप अल्फानो याच्या निमंत्रणामुळे, कॉन्स्टन्टाईन द आफ्रिकन हा सालेर्नोला आला. इस्लामी जगतातून प्रवास करताना वैद्यकीय विषयाच्या अनेक संहिता त्याने गोळा केलेल्या होत्या. सालेर्नोमध्ये काही काळ थांबल्यानंतर माऊंट कॅसिनो येथील धर्मगुरू आणि जोगिणींचे वास्तव्य असलेल्या बेनेडिक्टाईन मठाजवळ त्याने निवासस्थान घेतले. येथे त्याने ३७ वैद्यकीय संहितांचा लॅटिन अनुवाद केला. यामध्ये 'प्रोग्नोस्टिका' आणि गंभीर आजारावरील हिप्पोक्रेटिसची पुस्तिका 'ॲफॉरिझम्स' आणि त्यावरील गॅलेनचे भाष्य; बिझॅन्टाइन ग्रीकांचे वैद्यकीय लिखाण आणि ज्यू वैद्य आयझॅक इस्त्राईली बेन सॉलोमन याच्या अरबीमधील आहार, ताप, मूत्र, याविषयींच्या पुस्तिकांचा समावेश आहे. पॉल ऑस्कर क्रिस्टेलरने १९४५ मध्ये सालेर्नोवरील लिहिलेल्या त्यांच्या लेखात म्हटले : "१२ व्या शतकाच्या मध्यावधीनंतर कॉन्स्टन्टाईनने केलेले अनुवाद ही सालेर्नो वैद्यकीय शिक्षण केंद्राची - मेडिकल स्कूल - सामाईक मालमत्ता झाली आणि ते अगदी वैद्यकीय अध्यापनाचे केंद्रही झाले."

कॉन्स्टन्टाईनने लॅटिन अनुवादित केलेल्या पुस्तिकांपैकी २६ पुस्तिका इ.स. ११६१ मध्ये हिल्डेशीमच्या बिशपच्या वैद्यकशास्त्राच्या ग्रंथालयात होत्या. इ.स. १२ व्या शतकाच्या उत्तरार्धात वैद्यकीय विषयावरील काही ग्रीक पुस्तिकांचे पिसन बुर्गुन्डिओने तर काही अरबी पुस्तिकांचे क्रेमोनाच्या गेरार्डने लॅटिन अनुवाद केले. यात अली-बेन-अब्बास आणि आयझॅक ज्यू यांच्या भाष्यांनी आणि सारग्रंथांनी भर घातली. अशीच भर या शतकाच्या अखेरीस ॲव्हिसेनाच्या वैद्यकशास्त्रावरील प्रमाण-ग्रंथाने कॅननने घातली.

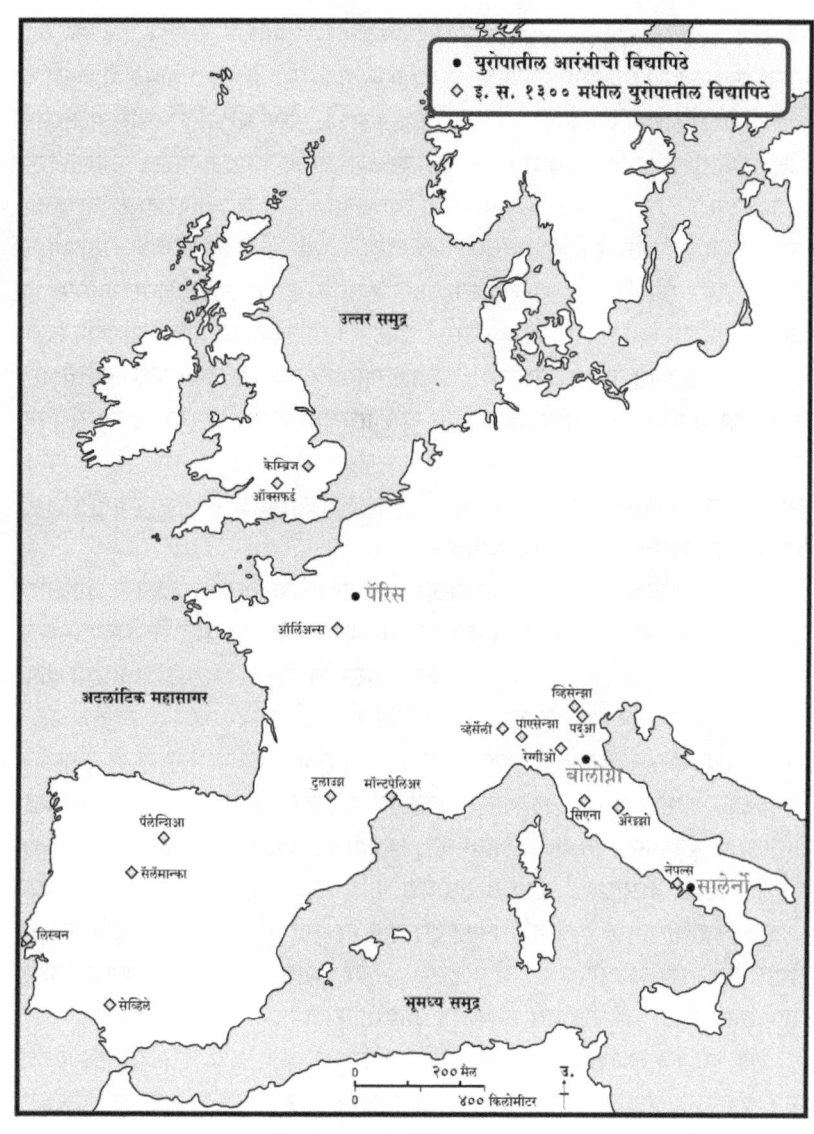

पुढे विद्यापीठांमधून वैद्यकीय अभ्यासक्रम तयार करताना प्रामुख्याने हिप्पोक्रेटिसचा 'अॅफॉरिझम्स' गॅलेनचा 'टेग्नी', अली बेन अब्बासचा 'पॅन्टेग्नी' आणि आयझॅक ज्यूचे वैद्यकशास्त्रावरील लिखाण आणि नंतर अॅव्हिसेना यांचे ग्रंथ आधारभूत राहिले.

इ.स. १२ व्या शतकात आणि १३ व्या शतकाच्या आरंभीच्या काळात सालेर्नो

वैद्यकीय शिक्षण केंद्राचे ('मेडिकल स्कूल') महत्त्व वाढतच राहिले. दुर्दैवाने 'स्कोलॅस्टिक' मानसिकता आणि मध्ययुगात लिखित शब्दाबद्दलचा असलेला आदर यामुळे वैद्यकशास्त्र विषयाच्या संहितांना एक निरपवाद प्रामाण्य प्राप्त झाले. परिणामी संहितेमधील मजकुराचे विवरण करताना आणि अन्वयार्थ सांगताना शब्दशः आणि दुराग्रही होऊन मांडणी केली जाऊ लागली. प्रयोगशाळेत किंवा आरोग्य चिकित्सा केंद्रात त्याचा पडताळा घेण्याच्या प्रयत्नांची मोठी उणीव राहिली. याचाच अर्थ असा की सालेर्नो वैद्यकीय केंद्रात प्रात्यक्षिक शिक्षणाकडून सैद्धांतिक, 'स्कोलॅस्टिक' आणि तात्त्विक शिक्षणपद्धतीवर अधिक भर दिला जाऊ लागला. कॅलॅब्रिआच्या उर्सोने सालेर्नोत तात्त्विक आयामास योगदान दिले. उर्सोच्या लिखाणात परंपरेने आलेल्या वैद्यकशास्त्रविषयाच्या संहितांना स्थान होतेच परंतु त्याबरोबर ॲरिस्टॉटलच्या लिखाणापैकी ज्या ग्रंथांचा नव्याने अनुवाद झालेला होता त्यापैकी काहींशी त्याचा अगदी सखोल असलेला परिचयही स्पष्टपणे दिसत होता. ॲरिस्टॉटलच्या संकल्पनांना एकंदरीतच मिळालेल्या या प्रसिद्धीने मध्ययुगातील शास्त्र आणि तत्त्वज्ञानाच्या ज्ञानक्षेत्रांवर प्रभाव टाकला.

सालेर्नोत वैद्यकशास्त्राच्या अभ्यासक्रमात प्राण्यांच्या विच्छेदनक्रियेवर आधारित शरीरशास्त्राच्या अभ्यासाचा अंतर्भाव होता. सामान्यतः मानवाच्या शरीरशास्त्राप्रमाणेच डुकरांचेही शरीरशास्त्र आहे असे गृहीत धरून शरीर विच्छेदनक्रियेसाठी डुकरांचा वापर केला जाई. प्राचीन कालखंडाच्या अखेरीपासून अध्ययनप्रक्रियेत या तंत्राचा - विच्छेदनक्रिया - प्रत्यक्षात उपयोग केला जात नव्हता. सालेर्नो येथे रॉजर फ्रुगार्डीचे 'प्राक्टिका शिरूरगीए' हे शल्यशास्त्रावरील पाठ्यपुस्तक प्रमाणित मानले जात होते. आतडी फाडल्यानंतर ती कशी शिवावीत; डोक्याची कवटी भंग पावली तर ती कशी भरून काढावी यासारख्या गोष्टींचा समावेश या पुस्तकात होता. सालेर्नोच्या वैद्यकीय शिक्षण केंद्राचा प्रमुख ('डीन') निकोलस याने दिलेली औषधोपचार योजना त्याच्या रोगांवरील रामबाण औषध - 'ॲन्टिडोटरी' - या पुस्तकात संग्रहित करण्यात आली. मध्ययुगामध्ये हा 'ॲन्टीडोटरी' वैद्यकीय औषधी कोश म्हणून लोकप्रिय झाला.

इ. स. १३ व्या शतकात सालेर्नो वैद्यकीय शिक्षण केंद्राला संघटित कायदेशीर दर्जा प्राप्त झाला. इ.स. १२३१ मध्ये सम्राट फ्रेडरिक २ रा याने आज्ञा केली की वैद्यकीय परवान्यासाठी उमेदवारांना सालेर्नोच्या प्राध्यापकांसमोर सार्वजनिक परीक्षेला सामोरे जाऊन उत्तीर्ण व्हावे लागेल आणि यात ज्यू आणि स्त्रिया यांचाही अंतर्भाव होऊ शकतो. या घोषणेनंतर १० वर्षांनी उमेदवाराची पात्रता अट स्पष्ट करण्यात आली आणि त्यानुसार उमेदवाराला शस्त्रक्रिया विषयाचा अंतर्भाव असलेल्या पाच वर्षांच्या वैद्यकीय अभ्यासक्रमास प्रवेश घेण्यासाठी त्याला तीन वर्षांचा तर्कशास्त्राचा अभ्यासक्रम पूर्ण

करण्याचे बंधनकारक करण्यात आले. सालेर्नो वैद्यकीय शिक्षण केंद्र पदवी प्रदान करू लागले. इ.स. १३ व्या शतकात नेपल्सच्या विद्यापीठाचा विस्तार झाला. नेपल्सच्या राज्यकर्त्यांनी नेपल्सच्या राज्यातील इतर सर्व प्रकारच्या उच्च शिक्षणास लगेचच प्रतिबंध केला. यास अपवाद फक्त सालेर्नोचे वैद्यकीय शिक्षण केंद्र. परिणामी सालेर्नो वैद्यकीय शिक्षण केंद्राचे पूर्ण स्वरूपातील विद्यापीठात रूपांतर होऊ शकले नाही. सालेर्नो वैद्यकीय शिक्षण केंद्राचे महत्त्वही कमी होत गेले. इ.स. १३ व्या शतकात पॅरिस, बोलोग्नो, मॉन्टेपेलिअर आणि पदुआ या विद्यापीठांमधूनही वैद्यकीय अभ्यासक्रम सुरू झाला.

बोलोग्ना विद्यापीठाचा उदय

इ.स. १२ व्या शतकात केवळ ज्ञानाचे पुनरुज्जीवन झाले असे नाही तर याकाळात नवीन संस्थांचीही निर्मिती झाली; यातील विशेष म्हणजे उच्च शिक्षणाच्या संस्थांची निर्मिती होय. या प्रक्रियेचा आरंभ मठांच्या आणि कॅथीड्रल्सच्या शाळांपासून होतो आणि त्याची परिणती आरंभीच्या विद्यापीठांच्या स्थापनेमध्ये होते. इ.स. ११ व्या शतकाच्या अखेरीस पारंपरिक अभ्यासक्रमातील शिक्षण मन मुक्त करणाऱ्या सात विषयांपुरतेच ('सेव्हन लिबरल आर्ट्स') जवळ जवळ मर्यादित झालेले होते. पश्चिम युरोपमध्ये ज्ञानविस्तार झालेला नसल्यामुळे विद्यापीठे अस्तित्वात येण्याबद्दलची आवश्यकताही निर्माण झालेली नव्हती. प्राचीन जगतातील अथेन्स, अलेक्झान्ड्रिया, रोम, ॲन्टिओक, बैरूत, कॉन्स्टॅन्टिनोपल येथे कायदा, लेखन आणि वक्तृत्व संपन्न करणारी कला ('रेटरिक') आणि तत्त्वज्ञान या विषयांचे उच्च शिक्षण दिले जात असे; मात्र त्या शैक्षणिक केंद्रांना विद्यापीठीय शिक्षणाचे स्वरूप नव्हते. तेथील शिक्षणास संघटित स्वरूप प्राप्त झालेले नव्हते. याचाच अर्थ असा की अभ्यासक्रम, विद्याशाखा, महाविद्यालये, नियमित परीक्षा पद्धती आणि पदव्यांची श्रेणीबद्धता या गोष्टी प्रस्थापित झालेल्या नव्हत्या.

इ. स. १० व्या शतकातील कैरो आणि कार्दोबा यासारखी इस्लामी जगतातील उच्च शिक्षणाची केंद्रेही यास अपवाद नव्हती. मागे सालेर्नो वैद्यकीय शिक्षण केंद्रासंबंधी माहिती सांगितलेली आहे. मात्र, ते केवळ संघटित, व्यावसायिक वैद्यकीय शिक्षण देणारे केंद्रच राहिले; त्याचे विद्यापीठात रूपांतर झाले नाही. ज्यास खऱ्या अर्थाने विद्यापीठ म्हणता येईल असे पहिले विद्यापीठ इटलीमधील बोलोग्ना या शहरात उदयास आले. कॅथीड्रल्स आणि मठांच्या शाळांमधून चर्चसाठी लागणारी प्रशिक्षित व्यक्ती तयार होत. ज्या विद्यार्थ्यांचे कॅथीड्रल्स आणि मठांच्या शिक्षणकेंद्रामधून शिक्षण झालेले होते त्यांना कायदा, वैद्यकशास्त्र आणि ख्रिस्ती धर्मशास्त्र या विषयांवरील प्रगत शिक्षण देण्याची भूमिका युरोपात स्थापन झालेल्या आरंभीच्या विद्यापीठांनी घेतली. इ.स. १२ व्या शतकात

ज्ञानाचे जे पुनरुज्जीवन झाले त्यामुळेच हे शक्य झाले.

मध्ययुगीन लॅटिन शब्द 'युनिव्हर्सिटाज' हा विषयांच्या अभ्यासक्रमाच्या व्याप्तीविषयी काही संदर्भ सांगत नाही. एकत्रित आलेल्या सर्वांसाठी, संपूर्ण संघासाठी, व्यक्तीच्या एका विशिष्ट वर्गासाठी आणि खरोखरच अर्थाच्या अनुषंगाने सांगावयाचे झाले तर आजच्या काळातील 'ट्रेड युनियन' मधील 'युनियन' (संघटन) या संज्ञेशी 'युनिव्हर्सिटाज' हा शब्द जवळीक दर्शवितो. 'युनिव्हर्सिटाज' हा शब्द कायद्याच्या हेतूंसाठी लॅटिन शब्द 'कॉलेजिअम'शी तर सामाजिक तुलनांसाठी जुना इंग्रजी शब्द 'गिल्ड'शी समानार्थी आहे. कालौघात सावकाशपणे विद्वानांचा संघ किंवा प्राध्यापकांचा संघ असा अर्थ त्यास प्राप्त झाला. या सर्वसामान्य अर्थाने एका शहरात व्यावसायिक संघांप्रमाणे अनेक 'युनिव्हर्सिटाज' असू शकतील. त्यामुळे कायद्याची युनिव्हर्सिटी किंवा वैद्यकशास्त्राची युनिव्हर्सिटी यांचे स्वतंत्र संघ म्हणून अस्तित्व असल्यामुळे त्यांच्यात एक प्रकारचे मत्सराचे संबंध असत; परिणामी त्यातून एक युनिव्हर्सिटी म्हणून एकत्र येण्यास वेळ लागला. व्यापक अर्थाने उत्तर युरोपातील प्राध्यापकांचा संघ (गिल्ड ऑफ मास्टर्स) आणि दक्षिणेमधील विद्यार्थ्यांचा संघ (गिल्ड ऑफ स्टूडन्ट्स) हे विकासाचे नवीन केंद्रबिंदू म्हणून राहिले. नंतर ओघानेच 'युनिव्हर्सिटाज'चा अर्थ स्वयंशासित संघ किंवा समाज म्हणून येत मध्ययुगाच्या अखेरच्या पर्वापर्यंत या शब्दास त्याचा स्थानिक किंवा शैक्षणिक गर्भितार्थ प्राप्त झालेला नव्हता. 'युनिव्हर्सिटी' या शब्दासाठी मध्ययुगीन लॅटिन संज्ञा 'स्टुडिअम जनराले' ही सांगता येईल. येथे 'स्टुडिअम'चा अर्थ अभ्यासासाठीच्या सोयी, सुविधा किंवा संघटित शिक्षण केंद्र असा तर 'जनराले'चा संदर्भ जे विषय शिकविले जातात त्याच्याशी नसून विद्यार्थ्यांच्या मूलस्थानाशी आहे; आपणास त्याला 'आंतरराष्ट्रीय' असे संबोधिता येईल. नंतरच्या काळात त्यास तांत्रिक अर्थ प्राप्त झाला. 'स्टुडिअम जनराले' या शब्दांनी प्रथम वस्तुस्थिती स्पष्ट केली; त्याने कायदेशीर व्याख्या मिळालेली नाही. इ.स. १२ व्या शतकाच्या अखेरीस 'स्टुडिअम जनराले' या संज्ञेशी दोन गोष्टी संलग्न होत्या; एक, ज्या शिक्षण केंद्रात उच्च शिक्षणाच्या ख्रिस्ती धर्मशास्त्र, कायदा आणि वैद्यकशास्त्र या तिन्ही विद्याशाखा होत्या आणि दुसरी, जेथे पुष्कळ संख्येने प्राध्यापक अध्यापनाचे काम करीत होते. या अगोदर दोन संघांचा उल्लेख केलेला होता - प्राध्यापकांचा संघ आणि विद्यार्थ्यांचा संघ - या दोन्ही बाबतीत प्राध्यापकांच्या संघात प्रवेश प्राप्त करणे ही प्रमुख महत्त्वाची गोष्ट राहिली.

प्राध्यापकांच्या संघात प्रवेश प्राप्त झाल्याशिवाय शिकविण्याचा अधिकृत परवाना मिळू शकत नसे; अर्थातच तोपर्यंत ती व्यक्ती विद्यार्थी म्हणूनच असू शकेल. शिकविण्याचा परवाना ('जस युबिक डोसेन्डी') प्राप्त झाल्यानंतर ती व्यक्ती प्राध्यापक संघाचा सदस्य असेल तथापि ती व्यवसायाने प्राध्यापक असेल असे नाही. एखाद्या विद्यार्थ्याबाबत

मेहेरनजर होऊ नये किंवा शिकविण्याचा परवाना देण्याबाबत कोणाची मक्तेदारी निर्माण होऊ नये यासाठी परीक्षा पद्धतिद्वारा परवाना दिला जात असे. अभ्यासाच्या अनेक विषयांमध्ये प्राप्त केलेल्या शैक्षणिक पात्रतेची स्वाभाविक कसोटी म्हणजे ही परीक्षा होय. शिकविण्याचा परवाना प्राप्त करणे - 'लायसेन्शिआ डोसेन्डी' - हे शैक्षणिक पदवी प्राप्त करण्याचे अगदी आरंभीचे स्वरूप होय. ऐतिहासिकदृष्ट्या मूलतः सर्व पदव्या ह्या शिक्षकांची प्रमाणपत्रे आहेत. 'डॉक्टर' आणि 'मास्टर' या नामांमधून हेच सूचित होते : 'मास्टर ऑफ आर्ट्स' म्हणजे 'आर्ट्स' शिकविण्यासाठी पात्र असलेला शिक्षक; 'डॉक्टर ऑफ लॉज' म्हणजे कायदे विषयाचा प्रमाणपत्रधारक शिक्षक; आणि 'डॉक्टर ऑफ मेडिसिन' म्हणजे वैद्यकशास्त्र - विषयाचा प्रमाणपत्रधारक शिक्षक. याशिवाय उमेदवार नियमितपणे नमुना व्याख्यान देई. किंवा असे म्हटले जाई की त्याने उपक्रमास आरंभ केला ('इन्सेप्शन'); आधुनिक काळातील 'कमेन्समेन्ट'चा हा स्रोत होय; याचाच अर्थ शिकविण्याचा आरंभ होय. प्रमाणित पाठ्यपुस्तकांवर आधारित उमेदवाराची परीक्षा घेतली जाई. अभ्यासक्रम, परीक्षा, पदव्या आरंभ ('कमेन्समेन्ट'), हे सर्व या पद्धतीचे भाग होत. हे सर्व मध्ययुगाकडून आलेले आहे; यातील काही भाग इ.स. १२ व्या शतकापासून येतात. इ.स. १२०० पासून पुढे अध्यापनासाठीच्या परवान्यास वैश्विक वैधतेचा संदर्भ प्राप्त होण्यात प्रगती झाली. आरंभीच्या विद्यापीठांच्या संदर्भात हा विशेषाधिकार उत्स्फूर्त होता. नव्या विद्यापीठास मान्यता देताना अध्यापनाच्या परवान्याच्या संदर्भातील कायदाप्रणित अधिकृत मान्यता हे एक अत्यंत महत्त्वाचे वैशिष्ट्य म्हणून मानले गेले आणि अशी अधिकृत कायदेशीर मान्यता देण्याचा अधिकार पोपकडे राहिला. मध्ययुगाच्या उत्तरार्धात वैद्यकशास्त्र, कायदा आणि ख्रिस्ती धर्मशास्त्र या उच्च शिक्षणाच्या तीन विद्याशाखा मानल्या गेल्या. सालेर्नो, बोलोग्ना आणि पॅरिस येथे कालानुक्रमे या विद्याशाखांचे संघटन झाले.

बोलोग्ना विद्यापीठाची निर्मिती आणि रोमन कायद्याचे पुनरुज्जीवन यांचा प्रत्यक्ष संबंध आहे. रोमन कायदा ज्यास म्हणतात तो १००० पेक्षाही अधिक वर्षांच्या काळात (इ.स.पू. ७५३ ते इ.स. ३००) आकारास आला. आणि पुढील २५० वर्षांच्या काळात त्यात सुधारणा होत गेल्या आणि त्याचे संग्रहीकरण झाले. अंतिम संग्रहीकरणामध्ये कायदेशीर घोषणांचा मोठ्या प्रमाणावर अंतर्भाव करण्यात आला. या अंतिम संग्रहीकरणास रोमन कायदा आणि नंतर त्यास दिवाणी कायदा म्हटले जाऊ लागले. या अंतिम संग्रहीकरणात प्राचीन रोमन प्रथा, रोमच्या प्रजासत्ताकाच्या, सिनेटच्या आणि सम्राटांच्या कायदेशीर घोषणा आणि न्यायालयांचे निर्णय याबरोबरच मोठ्या प्रमाणावरील पॅपिनिअन आणि उल्पिअन यासारख्या कायदेतज्ज्ञांची भाष्ये, अन्वयार्थ आणि सैद्धान्तिक विवेचन

या सर्वांचे मिश्रण आहे.

रोमन कायद्याचे पुनरुज्जीवन म्हणजे केवळ दुर्लक्षित संहिता प्रसिद्ध करणे इतकेच नसून त्याबरोबरच न्यायतत्त्वशास्त्राचे पुनरुज्जीवन करणे हे होय. मध्ययुगाच्या आरंभी पश्चिमेमध्ये असलेल्या कायद्यांची संख्या विपुल होती. मात्र ते कायदे चालीरीतींना अनुरूप असे होते; काही प्रमाणात या संहितांचे लिखाण असंस्कृत पद्धतीचे होते. जर्मन-भाषा-गटाच्या पश्चिमी शाखेने कायदे करून महत्त्वाच्या ठिकाणी त्यात भर घातली होती. जर्मन-भाषिक-गटाच्या आणि सरंजामशाही काळात कायदा समूहाच्या अतिप्राचीन प्रथेवर आधारित होता; कायदा केला जात नव्हता. यापैकी काही प्रथांना जरी लिखित स्वरूप दिले तरी बदल ही केवळ सोय होती; कोणताही प्रमाणभूत आधार त्यामागे नव्हता. जुन्या लोकांच्या दृष्टीने हा कायदा त्यांच्या पूर्वजांच्या काळी होता इतकेच; त्यामुळे त्यांच्यासाठी त्यात बदलअसा नव्हता. परंपरेने प्रत्येक गोष्ट ठरविली गेलेली होती; त्यामागे काही मनन होते असा भाग नव्हता. रोमन साम्राज्याच्या अस्ताबरोबर न्यायतत्त्वशास्त्राचा अवलंबही चालू ठेवणे अगदीच कठीण झाले.

रोमन कायद्याच्या संग्रहीकरणाचे प्राथमिक काम थिओडोसिअस २ रा याने इ.स. ४३८ मध्ये केले. त्याच्या हे लक्षात आले की कायद्यात परस्पर विसंगती असतील तर त्याचा उपयोग करणे कठीण जाते आणि एकाच विषयाच्या संदर्भात काढलेल्या आज्ञांचे (डिक्रीज) वेगवेगळे अन्वयार्थ लावले जातात. तेव्हा त्याने इ.स. ४२९ मध्ये कायदेतज्ज्ञांना, कॉन्स्टन्टाईन पहिला याच्या काळापासून जे रोमन साम्राज्यासाठी कायदे लागू करण्यात आले ते सर्व एकत्रित करून, त्यांचे संपादन करून आणि त्यात सुधारणा करून त्यांचे एका भागात एकत्रीकरण करण्यास सांगितले. या अगोदर कायद्याचे एकत्रीकरण करण्याचे प्रयत्न झालेले होते मात्र ते प्रयत्न त्या त्या लेखकांच्या नावाने ओळखले गेले. मात्र अधिकृतरीत्या कायद्यांचे एकत्रीकरण करण्याचा हा पहिला प्रयत्न होय. हा थिओडोसिअन कायदेसंग्रह सर्व अधिकाऱ्यांना इ.स. ४३७ नोव्हेंबरमध्ये देण्यात आला आणि इ.स. ४३८ च्या वर्षारंभापासून त्याची अंमलबजावणी सुरू झाली. या कायदेसंग्रहाच्या प्रती जुन्या रोमला पाठविण्यात आल्या; त्या सिनेटच्या सदस्यांना देण्यात आल्या आणि नंतर त्याचे इतरत्र वितरण झाले. या कायदेसंग्रहात इ.स. ३१३ ते इ.स. ४३७ या काळातील २५०० कायद्याच्या संहितांचे संपादन असून त्याच्या अंतिम भागात ख्रिस्ती धर्मासंबंधीच्या कायद्यांच्या अंतर्भाव करण्यात आला. रोमन साम्राज्याच्या दोन्ही भागात याची अंमलबजावणी व्हावी आणि कायद्याच्या अभ्यासकेंद्रात त्याचे अध्ययन-अध्यापन व्हावे अशी अपेक्षा होती. अलारिक २ रा याने इ.स. ५०६ मध्ये 'लेक्स रोमाना व्हिसिगोथोरम'मध्ये थिओडोसिअसच्या संहितेची जर्मन परिस्थितीशी जुळवून घेणारी

मांडणी केली; अर्थात ही मांडणी अशास्त्रीय स्वरूपाची होती.

पूर्वेकडील बिझॅन्टाइन साम्राज्यात जस्टिनिअनने इ.स. ५३३ मध्ये नेमलेल्या समितीने कायद्याचा संग्रह करण्याचे केलेले काम हे अधिक शास्त्रशुद्ध स्वरूपाचे होते. या कायद्याच्या संग्रहास 'कॉर्पस जूरिस सिव्हिलिस' म्हणतात. याचे चार भाग आहेत. १. 'कोड ऑफ स्टॅचुटरी लॉज्' मध्ये वैधानिक कायद्यांचा आणि सम्राटाच्या (शाही) आज्ञांचा संग्रह आहे; १. 'डायजेस्ट'मध्ये विषयवार-वर्गीकृत कायदेसंग्रह असून यात रोमन न्यायतत्त्ववेत्यांच्या लिखाणाचा सारांश आहे; ३. 'इन्स्टिट्यूशनेज' हे कायद्याच्या शाळांमधील विद्यार्थ्यांसाठी उपयोगाचे पाठ्यपुस्तक असून यात सर्वसामान्य तत्त्वांची मांडणी केलेली आहे; आणि ४. 'नोव्हेल्स' किंवा 'ऑथेन्टिकम' यामध्ये जस्टिनिअनचे नंतरचे कायदे येतात. बिझॅन्टिअन साम्राज्यासाठी हा कायदेसंग्रह नियामक कायदा म्हणून लागू करण्यात आला. जस्टिनिअनने या कायदे-संग्रहाच्या प्रती रोम आणि पश्चिमेकडील इतर शहरांमध्ये पाठविल्या असल्या तरी पश्चिमेमध्ये थिओडोसिअसच्या कायदेसंग्रहाची जागा जस्टिनिअनचा कायदेसंग्रह कधीही घेऊ शकला नाही. कारोलिन्गियन काळात जस्टिनिअनचा कायदेसंग्रह जवळ जवळ विसरला गेलेला होता. संभवनीयता अशी की इ.स. १००० पूर्वी कित्येक शतके इटलीमध्ये रोमन कायदा प्राचीन संहितांपासून सप्रमाण शिकविण्याचे थांबलेले होते. असे असले तरी इटली आणि दक्षिण फ्रान्समध्ये रोमन कायद्याचा अद्यापही उपयोग केला जात होता; किंबहुना स्थानिक प्रथेच्या स्वरूपात रोमन कायद्याच्या काही भागांचे जतन झालेले होते. अर्थात या स्थानिक प्रथा अगदी साध्या-सोप्या अशा सर्वसामान्य स्वरूपाच्या संबंधांशी संबंधित होत्या.

शैक्षणिक अभ्यासक्रमात तीन पदरी ज्ञानमार्गाच्या गटात - 'ट्रिव्हियम'- 'डायलेक्टिक'चा एक भाग म्हणून रोमन कायद्याच्या अभ्यासास महत्त्व राहिले. मठ आणि शाळांमधून जुन्या कायदेसंहितांच्या भागांचे प्रतीकरण होतच राहिले. इटलीमधील नागर जीवन पूर्णपणे कधीच लयास गेले नाही. सामाजिक कृती अधिक गुंतागुंतीच्या झाल्या तेव्हा प्रथेच्या कायद्यातील त्रुटी दूर करण्याकरता तत्त्वांचा आधार पाहण्यासाठी कायद्याचे अभ्यासक रोमन कायद्याकडे वळले. राव्हेन्ना आणि बोलोग्ना येथील रोमन कायद्याच्या अभ्यासाची केंद्रे तर मिलान, व्हेरोना आणि पव्हिआ येथील लोम्बार्डी कायद्याची अभ्यास केंद्रे गतिमान झाली. उत्तर इटलीमध्ये मध्यम स्वरूपाच्या शैक्षणिक अभ्यासक्रमात कायद्याच्या अभ्यासास मोठे महत्त्व प्राप्त झाले. अर्थात आरंभीच्या या प्रक्रियेबद्दलची नेमकी माहिती मिळत नाही. मात्र इ.स. १२ व्या शतकाच्या अखेरीस कायद्याच्या प्राध्यापकांचा गट कृतिशील होऊन संपूर्ण 'कॉपर्स ज्यूरीस'वर भाष्ये लिहू लागला.

जस्टिनिअनचा कायदेसंग्रह, इटलीमध्ये कायद्याचे एक प्रमाण पाठ्यपुस्तक म्हणून, केव्हा स्वीकारला गेला हे नक्की सांगता येत नाही. जुन्या कथेप्रमाणे इ.स. ११३५ मध्ये पिसाच्या सैनिकांनी अमाल्फी जिंकून घेण्याच्या वेळी जस्टिनिअनच्या विषयवार वर्गीकृत कायदेसंग्रहाची ('डायजेस्ट') जुनी संहिता मिळाली. सम्राट लोथेअर तिसरा याने तो कायदेसंग्रह लगेच लागू केला आणि कायद्याचे पाठ्यपुस्तक म्हणूनही त्यास मान्यता दिली. इ.स. १४०६ पर्यंत ही प्रत पिसानांकडे होती आणि नंतर त्यास फ्लॉरेन्समध्ये कायमस्वरूपी स्थान मिळाले. इ.स. ६०३ ते इ.स. १०७६ या काळात 'डायजेस्ट'चा आढळ दिसत नाही, इ.स. १०७६ मध्ये ते टस्कनीच्या न्यायालयात पुरावा म्हणून सादर केले गेले होते. या संपूर्ण मधल्या काळापासून फक्त दोनच प्रती माहीत होत्या. या काळात 'लिबरल आर्ट्स'च्या विशेषतः 'रेटरिक'च्या तुलनेने कायद्याच्या अभ्यासाचे महत्त्व कमी होते. कायद्याच्या संज्ञा उद्धृत करावयाच्या असतील किंवा त्याबाबत चर्चा करावयाची असेल तेव्हा इझिडोरच्या 'एटिमॉलॉजीज्'मधून थोडक्यात उतारे देण्यावर समाधान मानले जात असे. आणखी एक कमी असंभवनीय वृत्तान्त म्हणजे ११ व्या शतकाच्या अखेरीस म्हणजे इ.स. १०८४ मध्ये नॉर्मनांनी रोम जाळल्यानंतर रोममधील कायद्याच्या अभ्यासकेंद्राचेही खूप नुकसान झाले. निर्वासित कायदेतज्ज्ञ जस्टिनियनच्या कायदेसंग्रहाची जुनी हस्तलिखित प्रत त्यांच्याबरोबर घेऊन गेले; बोलोग्नामध्ये येणाऱ्यांच्या संख्येमध्ये वाढ झाली आणि कायद्याच्या अभ्यासास गती मिळाली. या सर्वांमधील सत्य असे की कायद्याच्या प्राचीन संहिता मिळविण्याचे प्रयत्न ठिकठिकाणी होत होते आणि या प्रयत्नांचा भाग म्हणजे जस्टिनियनच्या कायदेसंग्रहाची जुनी संहिता-प्रत प्राप्त झाली.

रोमन कायद्याच्या पुनरुज्जीवनाचा बोलोग्ना विद्यापीठाच्या उदयाशी अन्योन्यसंबंध आहे. अर्थात बोलोग्ना हे काही इटलीमधील कायद्याच्या अभ्यासाचे आरंभीचे केंद्र नव्हे. इ.स. ११ व्या शतकामध्ये बोलोग्नातील प्रसिद्ध कायदेतज्ज्ञ म्हणून पेपोचे नाव येते. पेपोचा संदर्भ कदाचित १०६५ मध्ये येतो आणि निश्चितपणे इ.स. १०७६ च्या ज्या खटल्यामध्ये 'डायजेस्ट'चा दाखला सादर केला जातो त्यासंदर्भात येतो. पेपोचे वर्णन 'बोलोग्नाचा तेजस्वी आणि चमकणारा प्रकाश' असे केले जाई. मात्र खऱ्या अर्थाने कायद्याच्या अभ्यासाच्या संदर्भातील बोलोग्नाची प्रसिद्धी इर्नेरिअसच्या काळापासून होते. इर्नेरिअसचा बोलोग्नातील भरभराटीचा काळ म्हणजे सुमारे १११२ ते ११२५. बोलोग्नामध्ये तो कायद्याचा शिक्षक होता आणि येथेच त्याने लिखाण केले. मात्र त्याचे काही लिखाण आज उपलब्ध नाही आणि काही अजून प्रसिद्ध व्हावयाचे आहे. त्याने जस्टिनियनचा संपूर्ण कायदेसंग्रहच पाठ्यपुस्तक म्हणून घेतले. त्याच्या 'कॉर्पसजूरिस' वरील विशेषतः 'डायजेस्ट'वरील स्पष्टीकरणात्मक टिपा असंख्य आहेत. त्याच्या टिपा या केवळ

समासातील किंवा ओळींच्यामधील मजकूर अशा स्वरूपाच्या नसून त्या पूर्ण स्वरूपातील भाष्य असल्यासारख्या आहेत. याची तुलना करावयाची झाल्यास सेंट पॉलवरील ॲबेलार्डच्या भाष्याशी करता येईल. यासाठी इर्नेरिअसने जी पद्धती अवलंबिली ती ख्रिस्ती धार्मिक वर्तुळात अगोदरच परिचित होती : विशिष्ट मतासाठी त्याचे समर्थन करणाऱ्या आणि त्यास विरोधी असणाऱ्या संहितांमधील मजकूर एकामागून एक द्यावयाचा आणि प्रासंगिक प्रश्न विचारून शंकास्पद मुद्यावर नेमके मत द्यावयाचे. तो त्याच्या स्पष्टीकरणात्मक टिपांमध्ये परिच्छेद सुस्पष्टपणाने आणि नेमकेपणाने उलगडून सांगतो; शाब्दिक अर्थाची चिकित्सा करतो आणि 'कॉपर्स'मधील संबंधित भागाच्या आधाराने अर्थविवरणही करतो.

इर्नेरिअसने या पद्धतीचा अवलंब केल्यामुळे कायद्याचा अभ्यास आणि अगदी नेमके बोलावयाचे झाल्यास जस्टिनियनच्या कायदेसंग्रहाचा अभ्यास अधिक शास्त्रशुद्ध, तांत्रिक आणि व्यावसायिक स्वरूपाचा झाला. यापूर्वीच्या कायद्याच्या अभ्यासाचे असे स्वरूप नव्हते. इर्नेरिअसच्या प्रयत्नांमुळे कायद्याचा अभ्यासविषय हा आता तीनपदरी (ट्रिव्हिअम) ज्ञानमार्गाच्या गटातील केवळ एक भाग म्हणून राहिला नाही; तो 'रेटरिक'पासून पूर्णपणे वेगळा झाला आणि त्यास उच्च शिक्षणाचा स्वतंत्र अभ्यासविषय म्हणून स्थापित केले गेले. आता कायद्याचा अभ्यास विषय हा उताऱ्यांवर आणि रूपरेखांवर आधारित राहिला नाही तर तो 'कॉर्पस जूरिस'च्या संहितेवर आधारित राहिला. याचे व्यावहारिक पातळीवर दोन परिणाम घडून आले : १. संपूर्ण युरोपखंडासाठीच्या एका कायदे-संहितेचा अभ्यास करणे, ती लोकप्रिय करणे आणि तिचा प्रसार करणे यासाठी शास्त्रीय आणि व्यवस्थापन करता येईल असा आधार प्राप्त झाला. २. कायद्याच्या क्षेत्रात चांगली व्यावसायिक कामगिरी करता येईल याबद्दलच्या अपेक्षा मोठ्या वाढल्या; त्यामुळे कायद्याचा अभ्यास करणाऱ्या विद्यार्थ्यांची संख्याही वाढत गेली. इर्नेरिअसने कायद्याच्या अभ्यासास दिलेल्या या योगदानामुळे त्याचे 'कायद्याचा दिवा'असे वर्णन केले जाई.

जवळ जवळ याच सुमारास बोलोग्नामध्ये धार्मिक कायदा एकत्रित करण्याची प्रक्रिया आकार घेत होती. रोमन चर्च या अखंडपणे चालत आलेल्या संस्थेचा कायदा म्हणून धार्मिक कायद्याचा इतिहास निरंतरचा आहे. इ.स. ४ थ्या शतकापासून चर्चला स्वतःचे कायदे आणि स्वतःची न्यायालये होती. अर्थात मध्ययुगाच्या आरंभी हे सर्व काहीसे प्राथमिक स्वरूपाचे होते. चर्चची सत्ता वाढत होती; धार्मिक प्रशासनाचे अधिक अधिक केंद्रीकरण होत होते; चर्चचा सर्वसामान्यांवर मोठा प्रभाव पडत होता आणि याबरोबरच चर्चची न्यायालयेही मोठे काम करू लागली. बायबल, आरंभीच्या ख्रिस्ती आचार्यांचे लिखाण, धार्मिक समित्यांचे कायदे आणि पोपच्या अधिकारयुक्त आज्ञा हे या धार्मिक कायद्यांचे आधार होत. धार्मिक कायद्यांची व्यवस्थित मांडणी करण्याचे प्रयत्न

डिओनिसिअस द लिटिल, खोटा इझिडोर, वर्म्सचा बुर्कार्ड यांनी केलेले होते. इ.स. ९ व्या शतकाच्या मध्यात धार्मिक सुधारणा करणाऱ्या गटाकडून धार्मिक कायद्याचा संग्रह अपभ्रंशित झालेला होता. स्थानिक आर्चबिशपचे अधिकार कमी करणे आणि पोपच्या अधिकारात वाढ करणे असे या सुधारकांच्या गटाच्या प्रयत्नांचे स्वरूप राहिले. असे म्हटले जाते की हा गट ले मान्सच्या परिसरात कार्यरत होता. या प्रयत्नात हेतुतः पक्षपातीपणे धार्मिक कायद्यांचा बनावट संग्रह तयार करण्यात आला. हे बनावट संग्रह 'फॉल्स डिक्रिटल्स' आणि 'फॉल्स कॅपिच्यूलरिज' म्हणून ओळखले जातात. यानंतर अल्पावधीतच लॉरेन आणि दक्षिण जर्मनीमध्ये असे असंख्य बनावट संग्रह आढळले. राजा आणि पोप यांच्यामध्ये चाललेल्या अंतिम सार्वभौत्वासंबंधिच्या संघर्षात पोपच्या समर्थकांनी पोपची बाजू बळकट करण्यासाठी जुन्या साधनांचा शोध घेण्याचा प्रयत्न केला. या प्रयत्नात अनेक खरी साधने मिळाली. परंतु जसजशी नवीन साधने मिळत गेली आणि कायदेसंग्रह वाढत गेला, त्याप्रमाणात विसंगती आणि गोंधळही वाढत गेला. त्यामुळे अगदी १२ व्या शतकाच्या आरंभी चारत्रेजच्या प्रतिभासंपन्न ईव्होने त्याच्या 'पॅनोर्मिआ'मध्ये कायद्याचा सर्वसाधारण सारांश लिहिण्याचा केलेला प्रयत्न अपुरा ठरला : मात्र या प्रयत्नात बोलोग्नाच्या 'सान फेलिस'चा धर्मगुरू ग्रेशिअन यशस्वी झाला.

ग्रेशिअनने इ.स. ११४० च्या आसपास 'कन्कॉर्ड ऑफ डिसकॉर्डन्ट कॅनन्स' या ग्रंथाच्या कामास प्रारंभ केला आणि ११४८ च्या आसपास या ग्रंथाचे काम पूर्ण झाले. सामान्यतः हा ग्रंथ 'डिक्रिटम' म्हणून ओळखला जातो; याचे तीन भाग आहेत : पहिल्या भागात १०१ 'डिस्टिंक्शनेस' असून यात कायद्याचे आधार आणि धर्मोपदेशक व्यक्ती व चर्चचे अधिकारी यांच्या संदर्भातील कायदे यांची माहिती आहे; दुसऱ्या भागात धार्मिक कायद्यांच्या संदर्भात ३६ निवडक खटल्यांची ('कॉझे') चर्चा आहे; आणि तिसऱ्या भागात ५ 'डिस्टिंक्शनेस'मध्ये पूजा आणि ख्रिस्ती संस्कार याबाबतच्या कायद्यासंबंधी माहिती आहे. ग्रेशिअन केवळ कायद्याचा संग्रह करीत नाही तर तो पिटर ॲबेलार्डच्या 'सिक-एट-नॉन'मधील विरोधाभास पद्धतीचा उपयोग करून कायदे स्पष्ट करण्याचा आणि त्यांची सुसंगत मांडणी करण्याचा प्रयत्न करतो; हे करत असताना तो विसंगतीवर कमी भर देतो आणि सुसंगती साधण्याचा अगदी कमालीचा प्रयत्न करतो.

'डिक्रिटम'मध्ये कायद्यांची संहिता आहे आणि त्या कायद्यांमागील तत्त्वांचेही विवेचन आहे. त्यात त्याने शेकडो प्रश्न स्वतंत्रपणे चिकित्सक पद्धतीने मांडलेले आहेत; त्या प्रत्येक प्रश्नाखाली धार्मिक कायदा सांगितलेला आहे आणि वादविवादांचे मुद्दे सोडविण्यासाठी तार्किक निरसन केलेले आहे. 'डिक्रिटम' हे धार्मिक कायद्याच्या संदर्भातील सर्वसामान्यपणे प्रमाण पुस्तक म्हणून मानले जाऊ लागले. चर्चने जरी 'डिक्रिटम'चा

अधिकृतपणे स्वीकार केलेला नसला तरी त्यास 'कॉर्पस यूरिस कॅननिची' मध्ये पहिला भाग म्हणून स्थान मिळाले. ग्रेशिअनच्या काळापर्यंत धार्मिक कायदा ख्रिस्ती धर्मशास्त्राशी अगदी जवळचा जरी असला तरी ख्रिस्ती धर्मशास्त्राच्या संदर्भात त्याचे स्थान दुय्यम होते. ग्रेशिअनचा एक प्रमाणग्रंथ मिळाल्यामुळे ख्रिस्ती धर्मशास्त्रापासून धार्मिक कायद्याच्या अभ्यासास स्वतंत्र स्थान मिळाले. रॅश्दाल १८९० च्या दशकात युरोपमधील विद्यापीठांचा इतिहास लिहित असताना ग्रेशिअनच्या ग्रंथाचे वर्णन करताना लिहितो : ''योग्य वेळी आणि योग्य ठिकाणी प्रसिद्ध झालेला हा ग्रंथ महान ग्रंथांच्यापैकी एक असून तो जगाचे लक्ष वेधून घेतो.'' रॅश्दालच्या या विधानाशी मतभेद होऊ शकतात मात्र हे ही खरे की धार्मिक कायद्याच्या संदर्भात ग्रेशिअनने एक प्रमाण ग्रंथ दिला. त्यामुळेच डान्टे त्याच्या 'पॅरडाइस'मध्ये ग्रेशिअनला पीटर लॉम्बर्ड बरोबर ठेवतो. पीटर लॉम्बर्ड हा पॅरिसमधील ख्रिस्ती धर्मशास्त्राचा पंडित आणि त्याने त्याच्या 'सेन्टेन्सिस'मध्ये ग्रेशिअनच्या पद्धतीचा अवलंब केला. बोलोग्नामध्ये विख्यात कायदेतज्ज्ञांची एक परंपरा निर्माण झाली.

संपूर्ण रोमन कायद्याच्या पुनरुज्जीवित अभ्यासाच्या इतिहासापासून बोलोग्ना विद्यापीठाच्या स्थापनेचा इतिहास वेगळा करता येत नाही. रोम आणि आल्प्समधील बहुतेक शहरांमध्ये प्राधान्याने नगरप्रशासन होते; हे नगरप्रशासन सर्वसामान्य लोकांच्या हाती होते. या शहरांमधील शिक्षण पद्धतीत प्राधान्येकरून व्याकरण आणि वक्तृत्व आणि लेखन संपन्न करणारी कला ('रेटरिक') यावर भर होता. या शिक्षणपद्धतीचा रोख कायदेशीर कागदपत्रे कशी तयार करावीत, न्यायालयात आपलीबाजू कशी मांडावी आणि न्याय कसा द्यावयाचा असतो ही व्यावहारिक उद्दिष्टे साध्य करण्यावर होता. द्विपकल्पातील नागरी जीवन कधीही पूर्णपणे संपुष्टात आलेले नव्हते. १२ व्या शतकाच्या आरंभी शहरी जीवन अधिक मोकळे आणि वैविध्यपूर्ण होत होते; सर्वसामान्यांसाठी व्यावसायिक क्षेत्रे खुली होत होती आणि याची कळ कायद्याच्या अभ्यासामध्ये होती. नॉर्मंडी आणि जर्मनीमधील उमराव वर्गाशी तुलना करता इटलीतील शहरांमधील उमराववर्ग हा नेहमीच साक्षर होता आणि आता तेथे कायद्याच्या ज्ञानाबद्दलची मागणी वाढत होती. सम्राट आणि पोप यांच्यामध्ये अंतिम सार्वभौम सत्तेसंबंधीच्या संघर्षामध्ये कायद्याच्या ज्ञानाची नितांत आवश्यकता जाणवली. शाही संहिता म्हणून रोमन कायद्याचा स्वीकार झाला आणि ही गोष्ट कायद्याच्या अभ्यासासाठी चेतनादायी ठरली.

आपल्याला असाही प्रश्न विचारता येईल की युरोपातील पहिल्या विद्यापीठाच्या स्थापनेचा मान इतर अन्य शहरांपेक्षा बोलोग्नाला कसा मिळाला? लांफ्रान्क जेव्हा तरूण होता तेव्हा पव्हिआ कायद्याच्या अभ्यासासाठी प्रसिद्ध होते. त्यानंतर काही काळाने राव्हेन्ना प्रसिद्धीस आले. राव्हेन्नाचे बिझॅन्टाइन साम्राज्याशी जवळचे आणि दीर्घ स्वरूपाचे

संबंध होते आणि तेथे पोप समर्थक पीटर दामिअनचा शाही वकिलांशी खटका उडालेला होता. पहिल्या विद्यापीठाच्या स्थापनेचा मान रोमलाही मिळाला नाही. प्रकर्षाने रोमन असणाऱ्या बोलोग्नाच्या शाळा या वस्तुतः वाङ्मयीन शिक्षणासाठी प्रसिद्ध होत्या आणि यातील नैपुण्य हे कायद्याच्या अभ्यासाचे पुनरुज्जीवन झाल्यानंतरही बराच काळ टिकून राहिले. अधिकृत कायदे आणि लेखप्रमाणकाचे काम यासाठी आवश्यक असणाऱ्या शैलीच्या तंत्रासाठी बोलोग्नातील शाळांची ख्याती होती. बोलोग्नाचे भौगोलिक स्थानही महत्त्वाचे होते. जर्मनी आणि ऑस्ट्रियामधून रोमकडे जाणाऱ्या यात्रेकरूंसाठी तसेच फ्रान्स आणि उत्तरेकडून येणाऱ्या यात्रेकरूंसाठी बोलोग्ना हे महत्त्वाचे स्थान होते. येथे विद्यार्थी आणि निर्वासितांचे स्वागतच होत असे. रोममधून कायद्याच्या व्यवसाय क्षेत्रातील वकील मोठ्या प्रमाणावर बोलोग्नात आले. प्रथम इर्नेरिअस आणि नंतर ग्रेशिअनमुळे बोलोग्नाची ख्याती कायद्याचे अभ्यासकेंद्र म्हणून दूरवर पसरलेली होती.

बोलोग्नामध्ये इर्नेरिअसनंतर बुल्गारस, मार्टिनस गोसिआ, रव्हेन्नाचा ह्यूगो दी पोर्टा आणि जॅकोबस दी व्होरॅगीन या त्याच्या चार विद्यार्थ्यांना डॉक्टर्स (विवरणकार) असे म्हटले जाते. हे सर्व पवित्र रोमन साम्राज्याचा सम्राट फ्रेडरिक बार्बारोसास कायद्याचे सल्लागार म्हणून उपयोगी पडले. त्यांनी फ्रेडरिक बार्बारोसाचा उत्तर इटलीमधील कम्यून्स आणि चर्चबरोबर जो संघर्ष चाललेला होता त्यावेळी त्यास रोमन कायद्यातील दाखले देण्याचे महत्त्वाचे काम केले. त्यामुळे फ्रेडरिक बार्बारोसाने इ.स. ११५८ मध्ये बोलोग्नाच्या विद्यार्थ्यांना हक्कांची आणि विशेषाधिकारांची सनद दिली. बोलोग्नामधील कायद्याच्या अभ्यासकेंद्राचे वाढते महत्त्व यामुळे बोलोग्ना हे शहर 'बोलोनिआ डोक्टा' (विद्वानांची जननी) म्हणून ओळखले जाऊ लागले. बोलोग्नाच्या नाण्यांवर 'बोनानिआ डोसेट' आणि 'बोनानिआ माटर स्टुडिओरम' हे शब्द येऊ लागले. त्यामुळे बोलोग्नामध्ये युरोपातील दूरच्या प्रदेशातून विद्यार्थी शिकण्यासाठी येऊ लागले.

बोलोग्ना विद्यापीठाच्या उदयामागील नेमके टप्पे सांगणे तसे सहज सोपे नाही. १२ व्या शतकाच्या आरंभी बोलोग्नामध्ये तीन प्रकारच्या शाळा होत्याः १. बिशपमार्फत चालविलेल्या किंवा नगरपालिकेच्या शाळा; २. रोमन कायद्याच्या अभ्यासासाठीच्या सर्वसामान्यांकरिता असलेल्या शाळा आणि ३. मठामार्फत चालविलेल्या धार्मिक कायद्याच्या अभ्यासाच्या शाळा. यातील सर्वसामान्यांसाठी असलेला रोमन कायद्याच्या अभ्यासाच्या शाळा या अधिक महत्त्वाच्या होत्या. कारण त्या बिशप आणि चर्चच्या पूर्णपणे नियंत्रणाबाहेर राहिल्या. ही वस्तुस्थिती तर होतीच परंतु अधिक म्हणजे उत्तरे मध्ये कला शाखेचा अभ्यास करणाऱ्या सर्वसामान्य विद्यार्थ्यांपेक्षा बोलोग्नामध्ये कायद्याचा अभ्यास करणारे विद्यार्थी हे वयाने अधिक होते आणि अनेक विद्यार्थी हे कुटुंबवत्सल

आणि उपजीविकेचे साधन असणारे होते. अभ्यासाची अधिक तयारी करून व्यवसाय चांगला करता यावा यासाठी बोलोग्नामध्ये ते आलेले होते.

बोलोग्नामधील विद्यार्थ्यांचे संघटन समजून घेता येते आणि जवळून अभ्यासले असता ही वाढ नैसर्गिक असल्यासारखे दिसते इटलीचा भूप्रदेश लहान लहान राजकीय विभागांमध्ये विभागलेला होता. इटलीमध्ये कॉम्यून्सची संख्या झपाट्याने वाढत होती. शहराचे नागरिकत्व असणे म्हणजे मोठी गोष्ट होती. जवळ जवळ सर्व शिक्षक जन्माने वा कायमस्वरूपी निवासी असल्यामुळे बोलोग्नाचे नागरिक होते. बाहेरून आलेल्या विद्यार्थ्यांची संख्या मोठी होती. त्यापैकी बरेचसे प्रौढ होते आणि या विद्यार्थ्यांना काही दर्जा किंवा शहराच्या नागरिकत्वाचे अधिकार नव्हते. त्या काळाच्या कल्पनेप्रमाणे विद्यार्थी ज्या प्रदेशांमधून आलेले असत त्या देशांचे कायदे त्यांना बंधनकारक असत. बोलोग्नामधील परदेशी विद्यार्थी विशेषतः आल्प्सपलीकडील विद्यार्थी हे बोलोग्ना विद्यापीठाच्या स्थापनेमागील घडामोडींचे केंद्रबिंदू ठरले. घरापासून दूर आणि संरक्षण नसलेले हे विद्यार्थी स्वतःच्या संरक्षणासाठी आणि हितकारक गोष्टींसाठी संघटित झाले - विद्यार्थ्यांचे हे संघ राष्ट्रीय गट - 'नेशन्स' - किंवा 'युनिव्हर्सिटाज्' म्हणून ओळखले जाऊ लागले. या एकत्र येण्यामागे त्यांचे काही हेतू होते :

१. त्यांना नगरपालिकेच्या लवादांकडून मोकळीक पाहिजे होती; २. नगरपालिकेच्या करांपासून आणि बाजार पट्ट्यांपासून मुक्तता पाहिजे होती; ३. राहण्यासाठीच्या निवासाचे भाडे, व्याख्यानवर्गाचे भाडे आणि पुस्तकांच्या किमती ठरविण्याचा अधिकार पाहिजे होते आणि ४. अध्यापन आणि वेळापत्रक करण्याचा अधिकार त्यांना पाहिजे होते या हेतूंच्या उद्देशाने विद्यार्थ्यांनी त्यांचे संघटन राष्ट्रगटांमध्ये - 'नेशन्स' - केलेले होते. आरंभी ही संख्या २० किंवा आणखी काही होती. हे राष्ट्रगट - 'नेशन्स' - त्यांची स्वतःची ओळख न घालवता दोन मोठ्या गटांमध्ये एकत्रित झाले : १. 'सिट्रामॉन्टॅनी' हा आल्प्स अलीकडील इटालिअनांचा गट आणि हा टस्कन्स आणि लोम्बार्ड्स यांनी मिळून तयार केलेला होता; २. 'अल्ट्रामॉन्टॅनी' हा आल्प्सपलीकडील विद्यार्थ्यांचा गट आणि यात १३ किंवा अधिक राष्ट्रीय गट होते. फारपूर्वीच सम्राटाकडून 'नेशन्स'ना अधिकृतपणे मान्यता मिळालेली होती. सम्राटाने लोम्बार्डीच्या सर्व विद्यार्थ्यांना आपले संरक्षण दिलेले होते. कोणत्याही विद्वान प्रतिवादीविरुद्ध काही कायदेशीर कारवाई करावयाची असल्यास आणि प्रतिवादी जर ख्रिस्ती पुरोहित असेल आणि त्याने इच्छा व्यक्त केली असेल तर त्यास बिशपसमोर किंवा त्याच्या प्राध्यापकासमोर ('मास्टर') उपस्थित करावे. नंतर 'रेक्टर' - मुख्य अधिकाऱ्यासमोर उपस्थित करण्याचा रिवाजच झाला. काही झाले तरी ते ज्ञानप्राप्तीसाठी घरापासून दूर होते त्यांना, नगरपालिकेच्या अधिकाऱ्यांच्या विरोधात,

हक्कास पात्र म्हणून मान्यता मिळाली.

बोलोग्ना विद्यापीठाच्या स्थापनेसाठी विद्यार्थ्यांचे राष्ट्रीय गट - 'नेशन्स' - एकत्र आले. ते सर्व बोलोग्नाच्या बाहेरचे विद्यार्थी होते आणि याच विद्यार्थ्यांची बोलोग्ना विद्यापीठाच्या स्थापनेत प्रमुख भूमिका राहिली. याशिवाय शाळांमध्ये इतर तीन गट होते : १. बोलोग्नातच जन्मलेले कायद्याचे विद्यार्थी; २. इतर विद्याशाखांमधील विद्यार्थी आणि प्राध्यापक; आणि ३. या सर्वात अत्यंत महत्त्वाचे संघटन म्हणजे कायद्याच्या प्राध्यापकांचे. यापैकी सर्वात वाईट स्थिती म्हणजे पहिल्या गटाची. या गटातील विद्यार्थ्यांजवळ त्यांनी बोलोग्ना नगरपालिकेच्या अधिकाऱ्यांबरोबर काही तडजोड करावी, असे सामर्थ्य नव्हते. त्यामुळे त्यांना त्यांच्या शैक्षणिक अधिकारांसाठी बोलोग्नाबाहेरील - 'नेशन्स' - विद्यार्थी गटांबरोबर जाणे भाग पडले. त्यांना नगरपालिकेच्या आर्थिक भार सहन करावा लागेल. त्यांना विद्यार्थी संघटनाच्या 'युनिव्हर्सिटी' कारभारात प्रत्यक्ष वा अप्रत्यक्ष स्वरूपात काही स्थान नव्हते. कायदेतज्ज्ञांनी त्यांना जे विशेषाधिकार मिळालेले होते त्यापासून, दुसऱ्या गटास पूर्णतः बाजूला ठेवलेले होते. त्यामुळे त्यांनी अंतिमतः स्वतःचा संघ - 'युनिव्हर्सिटी' - स्थापन केला. आणि त्यांनी त्यांचा प्रमुख अधिकारी - 'रेक्टर' निवडला. कायद्याच्या विद्यार्थ्यांचे जसे - 'युनिव्हर्सिटी' - संघटन होते त्याचप्रमाणे हे संघटन होते. प्राध्यापकांचा विचार करता ते बोलोग्नाचे नागरिक असल्यामुळे विद्यार्थी संघटना पासून त्यांना दूर ठेवण्यात आलेले होते. प्राध्यापक हे निवासी नागरिक होते आणि सामान्यतः ते विवाहित आणि कुटुंबियांसमवेत असत. त्यामुळे नागरी समाजाचे समर्थन मिळावे यासाठी विद्यार्थ्यांच्या संघटन विरोधात ते नगराबरोबर सहकार्य करीत राहिले. प्राध्यापकांच्या विरोधात विद्यार्थ्यांचे हत्यार बहिष्काराचे होते. ज्यावेळी प्राध्यापकांचे वेतन हे विद्यार्थी जी फी देत असत त्यावर अवलंबून होते त्यावेळी ही शिक्षा काही निरर्थक नव्हती. विद्यार्थ्यांच्या हुकूमावरून प्राध्यापकांच्या अध्यापनावर बारीक लक्ष ठेवले जाई. प्राध्यापकांचाही संघ होता. त्यांनी अध्यापनाचा परवाना देण्याबाबतच्या अटी निश्चित केलेल्या होत्या आणि अटींची पूर्तता करणाऱ्यास ते त्यांच्या संघाचे सदस्यत्व देत. अध्यापनाचा परवाना हा पदवीसमान होता. बोलोग्नामध्ये प्राध्यापकांच्या संघांना - 'गिल्ड्स' - 'कॉलेजेस' म्हणत तर विद्यार्थ्यांच्या संघांना 'युनिव्हर्सिटीज' म्हणत. कायद्याच्या दोन्ही शाखांमधील - दिवाणी कायदा आणि धार्मिक कायदा - प्राध्यापकांनी आपआपल्या शाखेत 'डॉक्टरांचे कॉलेज' (कायद्याचा विषय शिकविण्याचा परवाना ज्यांच्याजवळ आहे ते) संघटित केले. त्यांनी प्रथम विद्यार्थ्यांच्या 'युनिव्हर्सिटीज' बरोबर तडजोड करून त्यांची फी निश्चित केली. नामवंत प्राध्यापकांना ठराविक वेतन देऊ केले तर ते फायद्याचे होईल असा विचार बोलोग्ना नगराच्या प्रशासनाने केला. आरंभी

विद्यार्थ्यांच्या 'युनिव्हर्सिटी'ने विषय शिकविण्यासाठी प्राध्यापकांची निवड केली. नंतर नगराने या सर्व गोष्टींचे नियंत्रण आपल्याकडे घेतले आणि अंतिमतः निश्चित वेतनावर प्राध्यापकांची नेमणूक करून त्यांच्यामार्फत अध्यापनाचे कार्य पार पाडण्याबाबतचा निर्णय केला. यामुळेच पॅरिस, ऑक्सफर्ड आणि त्यांच्या धर्तीवर स्थापन झालेल्या विद्यापीठांच्या गटापासून बोलोग्ना आणि इटलीमधील इतर विद्यापीठे गट म्हणून वेगळी आढळतात. आता 'डॉक्टरांकडे' - अध्यापन परवाना धारक-शिकविण्याचे काम राहिले नाही; त्यांचे शिक्षक म्हणून काम थांबले. अध्यापनाचे संपूर्ण काम निश्चित वेतनावर नेमलेल्या प्राध्यापकांकडे आले. बोलोग्नामधील 'डॉक्टरांच्या युनिव्हर्सिटीने' (अध्यापन परवाना - धारक संघ) फक्त परीक्षेचे आणि पदवी प्रदान करण्याचे प्रमुख हक्क स्वतःकडे राखून ठेवले. पहिली पदवी - बॅचलर्स डिग्री - प्रदान करण्याचा अधिकार विद्यार्थी संघाच्या (स्टुडंट युनिव्हर्सिटी) प्रमुख अधिकाऱ्याकडे - 'रेक्टर' - राहिला.

इतर सर्व बाबतीत विद्यार्थ्यांनी प्राध्यापकांना अपमानास्पदरीतीने नियंत्रणात ठेवलेले होते. प्राध्यापकांना, विद्यार्थ्यांच्या प्रमुख अधिकाऱ्याच्या - 'रेक्टर'- आज्ञांचे आणि विद्यार्थ्यांनी केलेल्या नियमांचे आपण पालन करू, अशी शपथ घ्यावी लागे. विद्यार्थ्यांनी प्राध्यापकांसाठी केलेले नियम अत्यंत कडक होते. प्राध्यापकाने त्याचे अध्यापन कार्य वेळेवर सुरू करावे आणि ते वेळेत पूर्ण करावे; त्यास एक मिनिटापेक्षा अधिक विलंब करू नये आणि तसे घडल्यास प्राध्यापकास दंड होई. अध्यापनाच्या वेळी प्राध्यापक जर कठीण परिच्छेद स्पष्ट करण्यास टाळाटाळ करू लागले किंवा ते अभ्यासक्रम पूर्ण करू शकले नाहीत तर त्यांना दंड होई. कोणताही प्राध्यापक संदर्भ-ग्रंथाच्या यादीसह विषयाची प्रस्तावना देण्यास संपूर्ण सत्र घालवू शकत नसे. विद्यार्थी- प्रमुखाच्या ('रेक्टर') परवानगीशिवाय, प्राध्यापक एक दिवस जरी शहर सोडून गेले तरी त्यांना दंड होई. जर त्यांना शहर सोडून जावयाचे असेल तर परत येण्याबद्दलची हमी म्हणून अनामत रक्कम ठेवावी लागे. प्राध्यापकास त्याच्या स्वतःच्या विवाहासाठी एक दिवसाची रजा मिळे. जर प्राध्यापकाच्या वर्गात ५ पेक्षा कमी विद्यार्थी असतील तर त्याची अनुपस्थिती समजून प्राध्यापकाला दंड होई. प्राध्यापकांना नियंत्रित करण्याच्या प्रयत्नात शहर सुद्धा सहभागी होई. अधिक फायद्याचे किंवा कमी त्रासाचे पद मिळविण्यासाठी आपण बोलोग्ना शहर सोडून जाणार नाही, अशी शपथ प्राध्यापकांना घ्यावी लागे.

कायद्याच्या शिक्षण केंद्रामधून हे सर्व अधिकार मिळविण्यात विद्यार्थी कसे यशस्वी झाले आणि ते त्यांचे अधिकार कसे टिकवू शकले या प्रश्नाचे उत्तर दोन पातळ्यांवर देता येते. एका बाजूला समकालीन समाजाने स्वयंशासित मंडळाच्या संदर्भात अनुकूल दृष्टिकोन स्वीकारलेला होता. त्यामुळे शहरांमध्ये किंवा ग्रमीण भागात स्वतःच्याच नियमांनी आणि

स्वतःच्याच अधिकाऱ्यांमार्फत चालविली जाणारी स्वयंशासित मंडळे अस्तित्वात आलेली होती. दुसऱ्या बाजूला कनिष्ठ स्तरावर परदेशी विद्यार्थ्यांजवळ बहिष्काराचे असलेले मोठे हत्यार ही वस्तुस्थिती होती. असे बहिष्काराचे हत्यार उपयोगात आणून १३ व्या शतकामध्ये बोलोग्नातून बाहेर पडलेल्या विद्यार्थ्यांनी पदुआ विद्यापीठाची स्थापना केली. शहरही विद्यार्थ्यांवर नियंत्रण मिळविण्याचा प्रयत्न करी. विद्यार्थ्यांकडून निवासाबाबतची शपथ घेतली जाई आणि त्यांनी शहर सोडून जाण्याचा प्रयत्न केल्यास त्यांच्याकडून मोठा दंड आकारला जाई मात्र इ.स. १२१७ मध्ये पॅरिसमध्ये दुसऱ्या एका संदर्भात पोपने हस्तक्षेप केला; ऑनरिअस ३ रा याने शहराच्या विरोधात विद्यार्थ्यांची बाजू घेऊन त्यांच्या मताचे समर्थन केले.

इ.स. १३ व्या शतकात बोलोग्ना विद्यापीठ हे कायद्याचा विषयाच्या विद्यार्थ्यांचे होते. त्यांनी केलेल्या नियमांद्वारा विद्यापीठाचा कारभार पाहिला जाई. तेथील प्रमुख अधिकाऱ्याची - 'रेक्टर' - निवड दर दोन वर्षांनी होई. हा प्रमुख अधिकारी - 'रेक्टर' - नेहमीच ख्रिस्ती आचार्य असे. त्यामुळे तो ख्रिस्ती आचार्यांवर नियंत्रण ठेवण्यास सक्षम असे. तो विद्यार्थ्यांच्या संदर्भातील दिवाणी आणि गुन्हेगारी स्वरूपाच्याबाबी हाताळत असे. या विद्यापीठास पहिली पदवी प्रदान करण्याचा अधिकार होता. विद्यापीठास निवासी भाडे आणि त्याचे तपशील, पुस्तके, व्याख्यान-वर्ग, वेळापत्रक, अभ्यासक्रम आणि उर्वरित सर्व बाबी ठरविण्याचा अधिकार होता. दुसऱ्या बाजूला अध्यापन परवाना धारकांचा संघ - डॉक्टरांचे कॉलेज - होता आणि त्यांचे संघात प्रवेश देण्यासंबंधी नियंत्रण होते. मात्र हा संघ कधीही सामर्थ्यवान नव्हता. कारण या संघाच्या सदस्यांचे बोलोग्ना शहराशी निकटचे संबंध होते आणि यातील अधिक नामवंत सदस्यांना - प्राध्यापकांना - शहराकडून वेतन मिळत असे. येथे हे स्पष्ट केले पाहिजे की बोलोग्नातील कायद्याचे विद्यापीठ आणि कला, वैद्यक आणि ख्रिस्ती धर्मशास्त्र या विद्याशाखा यांच्यामध्ये अगदी कोणत्याही प्रकारचा संबंध नव्हता. यापैकी बोलोग्नातील ख्रिस्ती धर्मशास्त्र ही विद्याशाखा धार्मिक व्यवस्थेच्या शाळांशी संबंधित राहिली. कालौघात उर्वरित विद्याशाखांनी त्यांची स्वतःची विद्यार्थी विद्यापीठे स्थापन केली.

पॅरिस विद्यापीठ

इ.स. १२ व्या शतकाच्या आरंभीच सांस्कृतिक केंद्रे म्हणून मठांची अवनती झालेली होती आणि त्याचप्रमाणे मठांच्या शाळांनाही उतरती कळा लागलेली होती. मठांकडे, मठांबाहेरील विद्यार्थ्यांना सामावून घेण्याची क्षमता खरोखरीच राहिलेली नव्हती. याच काळात कॅथीड्रल्सच्या शाळांचे महत्त्व वाढीस लागलेले होते. इ.स. ११७९ मध्ये पोपच्या कॅथीड्रल चर्चच्या आज्ञेप्रमाणे प्रत्येक कॅथीड्रल शाळेमधील शिक्षकांसाठी धर्मोपदेशकाची मिळकत राखून ठेवण्यासंबंधी नियम घालून देण्यात आला. अर्थात अनेक चर्चेसमध्ये या आज्ञेकडे दुर्लक्ष झालेले होते. त्यामुळेच इ.स. १२१५ मध्ये ही आज्ञा पुन्हा नव्याने काढण्यात आली.

मागे कॅथीड्रल्सच्या शाळांसंबधी माहिती दिलेली आहे. कॅथीड्रल्सच्या शाळांमध्ये शिक्षकास अधिक महत्त्व होते. विद्यापीठपूर्व काळातील मोकळ्या वातावरणात विद्यार्थी नामांकित शिक्षकाच्या शोधात एका ठिकाणाहून दुसऱ्या ठिकाणी जात असत. या काळातील शिक्षणात अभ्यासक्रमाबद्दल निष्काळजीपणा असे; अभ्यासविषयांच्या वेळापत्रकाबाबत अनिश्चितपणा असे; कॅथीड्रल शाळांपैकी चारत्रेजच्या कॅथीड्रल शाळेचा भरभराटीचा काळ इ.स. १२ व्या शतकाच्या मध्यात संपलेला होता; चारत्रेजचे कुलगुरू थिअरी यांचे इ.स. ११५५ च्या आसपास निधन झाले आणि त्यानंतर चारत्रेजचे महत्त्वही कमी होत गेले.

ॲबेलार्डच्या काळात पॅरिसमध्ये किंवा पॅरिसच्या आसपास तीन शाळा होत्या : १. नोत्र दाम कॅथीड्रलची शाळा आणि याच शाळेमधून पॅरिस विद्यापीठ अस्तित्वात आले; २. सेन्ट व्हिक्टरच्या मठाची शाळा आणि इ.स. १२ व्या शतकाच्या आरंभी चॅम्पिऑक्सचा विल्यम हा माहीत असलेला प्रसिद्ध शिक्षक येथे होता; ३. आणि सेंट जिनिव्ह चर्चचे विद्यालय आणि इ.स. ११४७ मध्ये हे विद्यालय ख्रिस्ती आचार्यांच्या ताब्यात गेले. या तीन शाळांपैकी इ.स. १२०० च्या आसपास सेंट व्हिक्टर मठाच्या

शाळेचे अस्तित्व राहिलेले नव्हते आणि सेंट जिनिव्ह चर्चच्या विद्यालयाचे महत्त्व कमी झालेले होते.

इ.स. ११५० च्या आसपास पॅरिसमधील शाळांचे महत्त्व वाढू लागले. ॲबेलार्डच्या काळात पॅरिस हे प्रश्नोत्तररूपी तर्कविद्येच्या ('डायलेक्टिक') अभ्यासासाठीचे केंद्र म्हणून प्रसिद्धीस आलेले होते. पॅरिसमध्ये मोठ्या संख्येने विद्यार्थी येऊ लागले; निवास करू लागले आणि हा ओघ चालूच राहिला. असे सांगितले जाते की ॲबेलार्ड तेथे शिक्षक असताना २० ते ३० हजार विद्यार्थी शिक्षण घेत होते. विद्यार्थ्यांप्रमाणे शिक्षकही तेथे येऊ लागले. हे शिक्षक अनेक प्रदेशांमधून येऊ लागले. सॅलिसबरीचा जॉन; चारत्रेजचा थिअरी; कोन्चेसच्या विल्यमसारखा नॉर्मन, मेलूनचा रॉबर्ट, लिटिल ब्रिजचा ॲडॅम हे सर्व इंग्रज आणि इटलीचा पीटर लॉबर्ड. रॅश्दाल म्हणतो : "पॅरिस हे शिक्षकांचे शहर झाले - मध्ययुगीन जगास शिक्षकांचे पहिले शहर म्हणून ते माहीत होते." नंतरच्या काळात पॅरिस हे अनेकांचे प्रिय शहर झाले. तेथील नदी, बागा, द्राक्षांचे मळे यामुळे पॅरिस हे आनंददायी शहर म्हणून पाहिले जाऊ लागले. उत्तर युरोपातील इतर अन्य शहरांपेक्षा पॅरिस हे अधिक सुंदर, सुसंस्कृत आणि सुविधांनी युक्त असे शहर म्हणून ओळखले गेले. फ्रान्स बाहेरून येणाऱ्या विद्यार्थ्यांचे महत्त्व फ्रान्सच्या राजाच्याही लक्षात आले आणि त्याने त्या विद्यार्थ्यांना पॅरिसमधील निवासासाठी प्रोत्साहन दिले.

पॅरिसमधील सीन नदीच्या पात्रातील बेटावर नोत्रदाम कॅथीड्रल चर्चची शाळा होती; हा जुन्या पॅरिसचा मध्यवर्ती भाग होता. कॅथीड्रल शाळा विद्यार्थ्यांच्या आणि अध्यापकांच्या वाढत्या संख्येला सामावून घेण्यास अपुरी पडू लागली. परिणामी शहराच्या इतर भागांमध्ये शाळा सुरू करण्यात आल्या. बिशपांच्या 'चॅन्सेलर'कडे (कुलगुरू) सर्व कॅथीड्रल शाळांचे नियंत्रण होते; नोत्रदाम कॅथीड्रल शाळाही त्यांच्याच नियंत्रणाखाली होती. कुलगुरूंच्या परवान्याशिवाय कोणीही अध्यापन करू शकत नसे; त्यांच्याकडे असलेले हे एक महत्त्वाचे उत्पन्नाचे साधन होते. इ.स. ११७९ च्या पोपच्या कॅथीड्रल चर्चच्या तिसऱ्या समितीच्या - तिसरी 'लटरन कौन्सिल'-आज्ञेनुसार अध्यापकाच्या - 'मास्टर' - श्रेणीसाठी सक्षम उमेदवारांनाच मुक्त प्रवेश दिला जावा आणि ही आज्ञा सर्व शाळांसाठी आवश्यक करण्यात आली. कॅथीड्रल शाळेच्या कुलगुरूंना अध्यापनाचा परवाना - 'लायसेन्शिआ डोसेन्डी' - देण्यासाठी फी घेण्यास प्रतिबंध करण्यात आला. योग्य पात्रताधारक उमेदवारास अध्यापनाचा परवाना नाकारला जाऊ नये असे जरी समितीने सांगितलेले असले तरी काही काळ पॅरिसच्या कुलगुरूंनी अध्यापनाचा परवाना देताना फी घेणे चालूच ठेवले; असे असले तरी फी देणाऱ्या पात्र उमेदवारास ते अध्यापनाचा परवाना नाकारू शकत नसत आणि कालौघात पात्र उमेदवारास अध्यापनाचा परवाना देणे हा नियम झाला.

अध्यापन-परवाना प्राप्तीचा पात्र उमेदवाराचा अधिकार मान्य झाला आणि शिक्षणासाठी मागणीही वाढत राहिली. त्यामुळे विद्यार्थी आणि अध्यापकांची संख्याही वाढत राहिली. मन मुक्त करणाऱ्या विषयांचे - 'लिबरल आर्ट्स' - शिक्षण घेण्यासाठी विद्यार्थी मोठ्या संख्येने पॅरिसमध्ये येऊ लागले. हे शिक्षण घेत असतानाच विद्यार्थ्यांची वैद्यकशास्त्र, कायदा आणि ख्रिस्ती धर्मशास्त्र या विद्याशाखांमधील प्रवेशासाठीची तयारी होई. यामुळेच मन मुक्त करणाऱ्या विषयांचे - 'लिबरल आर्ट्स' - शिक्षण देणाऱ्या कला ('आर्ट्स') शाळांमधील शिक्षण हे अनिवार्य होते.

आरंभी कुलगुरू केवळ अध्यापनाचा परवाना देत नसत तर ते स्वतः उमेदवाराची परीक्षा घेत असत; अर्थात हा नेहमीच्या कामकाज पद्धतीचा भाग होता. त्यामुळेच अध्यापकांचा व्यावसायिक संघ म्हणून अस्तित्वात येण्यावर याचा परिणाम झाला नाही. असे जरी असले तरी पॅरिसमध्ये मोठ्यासंख्येने असणाऱ्या विद्यार्थ्यांवर लक्ष ठेवण्यासाठी अध्यापकांच्यामध्ये संघभावना निर्माण होत गेली आणि त्यातून अध्यापकांचे संघटन होत गेले. मात्र ही प्रक्रिया फारच सावकाशपणे होत गेली. इतर विद्याशाखांमध्ये प्रवेशासाठीची विद्यार्थ्यांची तयारी कला शाळांमध्ये होत असे त्यामुळे कला शाळांमधील शिक्षण अनिवार्य होतेच. त्याचबरोबर कला शाळांमधील अभ्यासक्रम पूर्ण केल्याशिवाय कोणासही अध्यापनाचा परवाना मिळत नसे. अध्यापकांच्या संघात नवीन सदस्यास सदस्यत्व देणे हा सामाजिक समारंभाचा भाग होता. विद्यार्थ्यांची संख्या वाढत गेली; त्याबरोबर अध्यापकांचीही संख्या वाढत गेली आणि त्याच बरोबर पदवीचे मूल्यही (आरंभीच्या काळात अध्यापनाचा परवाना मिळणे ही बाब पदवीसमान होती) आणि इतरांबरोबरील साहचर्यही वाढत गेले; संघभावना अधिक बळकट होऊ लागली.

अध्यापनाचा परवाना असलेल्या अध्यापकांच्या - 'मास्टर्स' - संघास विद्यापीठाचे - 'युनिव्हर्सिटी' - स्वरूप प्राप्त झाले. अध्यापक संघाचे औपचारिक सदस्यत्व देण्यासंबंधी कालौघात अध्यापक संघाचे नियंत्रण वाढत गेले. अर्थात ही घडामोड अगदी सावकाशपणे घडत होती. त्यामुळेच पॅरिसमधील कॅथीड्रल शाळा ही कॅथीड्रल शाळा केव्हा राहिली नाही आणि तिला विद्यापीठाचे स्वरूप केव्हा प्राप्त झाले हे आपणास नेमके असे सांगता येत नाही. आपणास पॅरिस विद्यापीठ स्थापनेची विशेष तारीख देता येत नाही; इतर सर्व जुन्या विद्यापीठांप्रमाणे पॅरिस विद्यापीठाची स्थापना करण्यात आली नाही तर ते वाढत गेले.

पॅरिस हे ख्रिस्ती धर्मशास्त्राच्या अभ्यासाचे केंद्र म्हणून प्रसिद्धीस आले; तेथे ख्रिस्ती धर्मशास्त्राच्या अभ्यासास प्राधान्य राहिले. १२ व्या शतकाच्या दुसऱ्या चतुर्थकात पीटर लॉबर्डने त्याच्या 'सेन्टेन्सिस'मध्ये ख्रिस्ती धर्मशास्त्राच्या चर्चेचे स्वरूप निश्चित केले; पुढे

कित्येक पिढ्या हे 'सेन्टेन्सिस' प्रमाणित पाठ्यपुस्तक म्हणून राहिले. ख्रिस्ती धर्मशास्त्राच्या अभ्यासासाठी पॅरिस हे चर्चचे पहिले केंद्र राहिले. पुढे इ.स. १२१९ मध्ये पोपने पॅरिसमध्ये रोमन कायद्याच्या अभ्यासास प्रतिबंध केला आणि त्याबरोबर पॅरिस हे रोमन कायद्याच्या अभ्यासाचे केंद्र म्हणून पुढे येईल ही बाब संपुष्टात आली.

राजाकडून मिळणाऱ्या मदतीवर आणि त्याहीपेक्षा पोपकडून मिळणाऱ्या आधारावर पॅरिस विद्यापीठ अवलंबून होते. अर्थातच पोपच्या आधाराबरोबर पोपचे नियंत्रणही आले. पॅरिस विद्यापीठाच्या इतिहासाचा पहिला स्पष्ट पुरावा आपणास इ.स. १२०० मधील मिळतो. इ.स. १२०० मधील फिलिप ऑगस्टस याच्या प्रसिद्ध सनदेप्रमाणे विद्यापीठाच्या अस्तित्वाबद्दलची तारीख सांगितली जाते; अर्थात अशी संस्था यापूर्वी काही वर्षे अस्तित्वात आलेली असली पाहिजे. ही नवी निर्मिती आहे असे यात कोठेही सूचित केलेले नाही; मात्र यात केवळ अगोदर अस्तित्वात असलेल्या विद्यार्थ्यांच्या मंडळीस आणि शिक्षकांच्या मंडळीस मान्यता देण्यात आलेली आहे. या सनदेचा संदर्भ पॅरिसमधील घटनेशी आहे. पॅरिसच्या 'प्रॉव्हस्ट'ने आणि त्याच्या माणसांनी जर्मन विद्यार्थ्यांच्या धर्मशाळेवर हल्ला करून लीगेच्या बिशपसह काहींना ठार मारले. त्यासंदर्भात राजाकडून 'प्रॉव्हस्ट'ला कडक ताकीद दिली जाते; विद्यार्थी आीणि त्यांची जंगम मिळकत यासंदर्भात न्याय देण्याबाबत व्यवस्था करण्यात येते आणि सर्वसामान्य न्यायालयांच्या कार्यक्षेत्रापासून त्यांना सूट देण्यात येते. यात विद्यापीठाच्या नावाचा उल्लेख नाही; परंतु विद्वानांची सभा ही मान्यताप्राप्त मंडळी असून या मंडळीसमोर राजाचे अधिकारी शपथ घेतील असे म्हटलेले आहे. इ.स. १२०८ वा ०९ मध्ये पोप इनोसन्ट ३ रा याने एक हुकूम काढला. अध्यापक संघाच्या एका सदस्याने नियमभंग केल्याबद्दल त्यास कॅथीड्रल शाळेच्या कुलगुरूंनी हाकलले होते. यासंदर्भात पोपने अध्यापक संघास भरपाई देण्याबद्दलची आज्ञा केली होती. याचा अर्थ असा की अध्यापक संघाचे संघटन आणि नियम अस्तित्वात होते. पोप इनोसन्ट ३ रा याच्या आज्ञेनुसार अध्यापकांच्या संघास, त्यांचा प्रतिनिधी - 'प्रोक्टर' - निवडून त्यास संघाच्या प्रश्नांसंदर्भात रोमला पाठविण्याचा, अधिकार देण्यात आला. कॅथीड्रल शाळेचे कुलगुरू आणि अध्यापकांचा संघ यांच्यामध्ये चाललेल्या संघर्षात अध्यापकांच्या संघास पोपकडून मिळालेले हे बळ होते.

अध्यापकांच्या संघाचा कुलगुरूबरोबर संघर्ष चाललेला होता. आरंभी या संघर्षात कुलगुरूंचे पारडे काहीसे जड होते. कुलगुरूंना अध्यापना परवाना देण्याचा आणि नाकारण्याचा अधिकार होता. ते एखाद्या अध्यापकाचा परवाना काढून घेऊ शकत होते; ते त्यास त्याच्या दर्जापासून वंचित करू शकत होते; त्याच्या बाबतीत निवाडा करण्याचा आणि त्यास बहिष्कृत करण्याचा आपल्याला अधिकार आहे; असा त्यांचा दावा होता.

अध्यापकांसाठी अध्यादेश काढण्याचा आपल्याला अधिकार आहे असाही त्यांचा दावा होता. अशा रीतीने कुलगुरूंची बाजू जरी बळकट आढळत असली तरी अध्यापक संघासही म्हणजे विद्यापीठासही - 'युनिव्हर्सिटी' - काही आधार होता. कुलगुरू हे विद्यापीठाचे सदस्य नव्हते. त्यामुळे कुलगुरूंनी ज्यास अध्यापनाचा परवाना दिलेला होता त्यास अध्यापक संघाचे सदस्यत्व मिळावे म्हणून कुलगुरू अध्यापक संघावर दबाव टाकू शकत नव्हते. कुलगुरूंकडून ज्यास अध्यापनाचा परवाना मिळालेला असे त्यास अध्यापक संघाचे सदस्यत्व प्राप्त करताना आपण अध्यापक संघाच्या नियमांना बांधील राहू अशी शपथ घ्यावी लागे आणि हीच त्या अध्यापक संघाची ('युनिव्हर्सिटी'ची) ताकद होती.

इ.स. १२१२ मध्ये कुलगुरू आणि अध्यापक संघ यांच्यामधील एक दावा रोममध्ये पोपकडे पडून होता. अध्यापकांनी आपणास बांधील असण्याबद्दलची शपथ घ्यावी असा कुलगुरूंचा प्रयत्न होता. कुलगुरूंचे हे म्हणणे जर मान्य झाले असते तर कुलगुरू प्रत्यक्षात अध्यापक संघाचे प्रमुख झाले असते. पोप इनोसन्ट ३ रा याने अध्यापकांनी अशी शपथ घेण्यास प्रतिबंध केला आणि विविध विद्याशाखांमधील अध्यापकांनी शिफारस केलेल्या सर्व उमेदवारांना अध्यापनाचा परवाना देण्याबाबत कुलगुरूंना बंधनकारक केले. इ.स. १२१५ मध्ये कार्डिनल्सचा प्रतिनिधी रॉबर्ट दी कर्झन या पॅरिसमधील माजी अध्यापकाने पोपच्या आदेशाचा उपयोग करून अध्यापक संघास - 'युनिव्हर्सिटी' - त्यांचे स्वतःचे नियम करता येतील या त्यांच्या हक्कास मान्यता दिली आणि नंतर पोपच्या आज्ञेने त्यावर शिक्कामोर्तब केले.

अध्यापकांचे हे संघटन ('युनिव्हर्सिटी') इ.स. १३ व्या शतकाच्या पूर्वार्धात अस्तित्वात आले. हे संघटन केवळ कलाशाखेच्या अध्यापकांचे ('मास्टर्स') होते. हे अध्यापक ज्या भौगोलिक प्रदेशामधून आलेले होते त्याप्रमाणे अध्यापक संघाचे (युनिव्हर्सिटी ऑफ मास्टर्स) सदस्य चार राष्ट्रीय ('नेशन्स') गटांमध्ये विभागले गेलेले होते : १. फ्रेन्च : फ्रेन्च, इटालियन आणि स्पॅनिश; २. पिकार्ड : भूसंनिध प्रदेश : हॉलंड व बेल्जियम; ३. नॉर्मन आणि ४. इंग्रज : इंग्लंड, जर्मनी आणि उत्तर आणि पूर्व युरोप. प्रत्येक राष्ट्रीय गटाचा प्रमुख म्हणून 'प्रोक्टर' होता. आरंभी या राष्ट्रीय गटांचा एक समान प्रमुख म्हणून कोणी नव्हते. इ.स. १२४५ च्या आसपास कला या विद्याशाखेचा प्रमुख 'रेक्टर' हा या राष्ट्रीय गटांचा प्रमुख झाला. दरम्यानच्या काळात कला या विद्याशाखेव्यतिरिक्त ख्रिस्ती धर्मशास्त्र, ख्रिस्ती धार्मिक कायदा आणि वैद्यकशास्त्र या विद्याशाखांमधील अध्यापकांचे स्वतंत्र गट तयार झाले. इ.स. १२५० च्या आसपास चार वेगवेगळ्या गटांच्या सांघिक महामंडळामधून पॅरिस विद्यापीठाची निर्मिती झाली. कला या विद्याशाखेचा अपवाद वगळता उर्वरित प्रत्येक विद्याशाखेच्या प्रमुखपदी 'रेक्टर'

हा होता. काही वेळा सावकाशपणे तर काही वेळा आक्रमकपणे पॅरिस विद्यापीठाचा प्रमुख होईपर्यंत 'रेक्टर'ची वाटचाल होत राहिली. विविध विद्याशाखांमध्ये विचारविनियम नेहमीच होत असे. विद्याशाखेद्वारा मतदान होई आणि कला विद्याशाखेच्या अंतर्गत राष्ट्रीय गटांद्वारा ('नेशन्स') मतदान होई. प्रत्येक ठिकाणी बहुमताने निर्णय होई. पॅरिस विद्यापीठाचा स्वायत्ततेच्या संदर्भात दीर्घ संघर्ष चाललेला होता. इ.स. १२२९ मध्ये पॅरिसच्या 'प्रोव्हस्ट'च्या विरोधात पाऊल उचलण्यात आले. परिणामी इ.स. १२३१ मध्ये पोप ग्रेगरी ९ वा याने कुलगुरूंचे बरेच अधिकार कमी केले. इ.स. १२५३ मध्ये पॅरिस विद्यापीठाने रोमन कॅथलिक महन्तांच्या विरोधात पाऊल उचलले. काही कॅथलिक महंतांना विद्यापीठाच्या नियमांचे पालन न करता विद्यापीठातील अध्यासनपदे पाहिजे होती. या बाबतीत मात्र पोपचे कार्यालय कॅथलिक महंतांच्या बाजूचे होते. त्यामुळे यातून जी तडजोड घडून आली ती कॅथलिक महंताच्या बाजूची होती. मात्र पुढे इ.स. १३१८ मध्ये विद्यापीठाचे नियम आपणास बंधनकारक राहतील अशी शपथ घेण्यास कॅथलिक महंताना आवश्यक करण्यात आले आणि त्यांनी ही गोष्ट मान्य केली.

आरंभीच्या विद्यापीठांविषयी :

अभ्यासक्रम, व्याख्याने, वेळापत्रक, परीक्षा, पदवी-प्रदान कार्यक्रम

सम्राटाकडून किंवा पोपकडून मिळालेले निश्चित स्वरूपाचे लिखित विशेषाधिकार म्हणजे ती त्या संस्थेची सनद - चार्टर - होय. संस्थेला सर्व अपेक्षित खास हक्क स्पष्टपणे प्रदान करून संस्थेचे संघटन झाले अर्थात ही गोष्ट खूपच नंतरची आहे. सम्राट फ्रेडरिक १ ला याने इ.स. ११५८ मध्ये बोलोग्ना येथे सनद दिली. लुई ७ वा याने इ.स. ११८० मध्ये पॅरिसला पहिली मान्यता दिली आणि त्याच सुमारास पोपनेही मान्यता दिली; तिला पूर्ण स्वरूपातील मान्यता इ.स. १२०० मध्ये मिळाली. ऑक्सफर्ड आणि केम्ब्रिजला सनदेद्वारा औपचारिक स्वरूपाच्या मिळालेल्या मान्यतेची तारीख निश्चितपणे सांगणे हे आणखी कठीण आहे; परंतु ही मान्यता काहीशी नंतरची आहे. या सर्व ठिकाणी अनिश्चित काळापर्यंत मठाच्या किंवा चर्चच्या नियंत्रणाखाली शैक्षणिक केंद्रे - शाळा - अस्तित्वात होत्या आणि तेथे संघटनाबाबतची सनद मिळण्यापूर्वी विद्यार्थ्यांचे आणि अध्यापकांचे मोठे गट होते. सनद प्राप्त झालेल्या संस्थांना जे खास हक्क मिळाले त्याचा शैक्षणिक क्षेत्रात मोठा प्रभाव पडत गेला. इ.स. १३ व्या शतकामध्ये पोपकडून किंवा सम्राटांकडून मिळालेल्या सनदांद्वारा अशा १९ संस्था संघटित झाल्या; १४ व्या शतकात २५ संस्थांची अधिक भर पडली; आणि १५ व्या शतकात आणखी ३० संस्थांची स्थापना झाली. अभिजात रेनेसाँ कालखंडात संपूर्ण युरोपभर अशी ७५ ते ८० विद्यापीठे अस्तित्वात आली.

सालेर्नो वैद्यकीय अभ्यासक्रमाचे केंद्र म्हणून प्रसिद्धीस आले मात्र त्याचे विद्यापीठात रूपांतर झाले नाही. बोलोग्ना आणि पॅरिस ही आरंभीची विद्यापीठे होत. यानंतर ऑक्सफर्ड विद्यापीठ अस्तित्वात आले. इ.स. ११६७ च्या आसपास पॅरिसमधून परत आलेल्या विद्यार्थ्यांसाठी ऑक्सफर्ड हे आश्रयस्थान झाले. तेथे इतर देशांमधूनही विद्यार्थी आले आणि लवकरच तेथे विद्यापीठ अस्तित्वात आले. इ.स. १२०० मध्ये ऑक्सफर्ड हे केवळ प्राथमिक अवस्थेतील विद्यापीठ होते. इ.स. १२१४च्या अध्यादेशामध्ये ऑक्सफर्ड

विद्यापीठाच्या कुलगुरूंचा प्रथम उल्लेख येतो. इ.स. १२०९ मध्ये ऑक्सफर्ड मधून बाहेर पडलेले विद्यार्थी केम्ब्रिजला आले आणि यातून केम्ब्रिज विद्यापीठाची निर्मिती झाली. बोलोग्नामधून बाहेर पडलेले विद्यार्थी पदुआला आले आणि त्यातून इ.स. १२२२ मध्ये पदुआ विद्यापीठाची निर्मिती झाली. अर्थात इटली, स्पेन आणि दक्षिण फ्रान्ससाठी बोलोग्ना विद्यापीठ हे नमुना विद्यापीठ राहिले. इ.स. १२२४ मध्ये फ्रेडरिक २ रा याने नेपल्स विद्यापीठाची स्थापना केली. इ.स. १३ व्या शतकात पोप आणि स्थानिक राजपुत्र यांच्या समर्थनाने मॉन्टेपेलिअर येथे विद्यापीठाची स्थापना झाली. याच सुमारास ऑर्लिअन्स विद्यापीठाचा उदय झाला; इटलीबाहेरील विद्यापीठांमध्ये कायद्याच्या अभ्यासासाठी हे विद्यापीठ प्रसिद्धीस आले. इ.स. १२२० च्या आसपास लिऑनच्या राजाने स्पेनमधील सॅलामान्का विद्यापीठाची स्थापना केली. इ.स. १४ व्या शतकामध्ये प्राग (१३४७), क्रॅको (१३६४), व्हिएन्ना (१३६५) येथे विद्यापीठांची स्थापना झाली; प्रागमधून बाहेर पडलेले विद्यार्थी लिपझीगला गेले आणि तेथे विद्यापीठाची स्थापना झाली. इ.स. १२ व्या आणि १३ शतकात जर्मन प्रदेशातील विद्यार्थी उच्च शिक्षणासाठी फ्रान्सला जात. इ.स. १३८५ मध्ये ऱ्हाईनचा इलेक्टर पॅलॅटाइन रूप्रेक्ट १ ला याने हायडेलबर्ग विद्यापीठाची स्थापना केली. हे विद्यापीठ पूर्णपणे पॅरिस विद्यापीठाच्या धर्तीवर उभे राहिले. मध्ययुगाच्या अखेरीस युरोपातील निरनिराळ्या भागात ८० विद्यापीठे अस्तित्वात आलेली होती.

विद्यापीठ, विद्याशाखा, महाविद्यालये, अभ्यासक्रम, परीक्षापद्धती या सर्वांमधून विद्यापीठाची कार्यरत असलेली शिक्षणयंत्रणा दिसून येते. आज आपण या शैक्षणिक परंपरेचे वारस आहोत. आपणास ही परंपरा अथेन्स वा अलेक्झांड्रिया कडून येत नाही. तर ती बोलोग्ना आणि पॅरिस या आरंभीच्या विद्यापीठांकडून येते आरंभीला या विद्यापीठांना त्यांची स्वतःची ग्रंथालये, प्रयोगशाळा किंवा संग्रहालये नव्हती, या विद्यापीठांना त्यांच्या स्वतःच्या इमारती नव्हत्या. या आरंभीच्या विद्यापीठांना संस्थापक नाही. त्यांच्या आरंभाची निश्चित तारीख उपलब्ध नाही. त्यामुळे या सर्व जुन्या विद्यापीठांच्या उदयाचे स्वरूप अगदी तपशिलात स्पष्ट करणे सोपे राहत नाही.

गरीब कुटुंबामधील विद्यार्थ्यांना शिक्षण घेणे परवडत नसे. या विद्यार्थ्यांना चर्चने मदतीचा हात दिला. विद्यापीठांनी सामाजिक भेद न करता गरीब विद्यार्थ्यांची शिक्षण घेण्याची इच्छा लक्षात घेतली. त्यामुळेच गरीब कुटुंबातील मुलेही पुढे 'मास्टर' आणि लेखक म्हणून प्रसिद्धीस आली. विद्यापीठांच्या आरंभीच्या काळात मात्र या गरीब कुटुंबातील विद्यार्थ्यांना अत्यंत खडतर परिश्रम करावे लागले. विद्यार्थ्यांचा मुख्य प्रश्न निवासाचा होता. सधन विद्यार्थी आणि अध्यापक यांची स्वतंत्र राहण्याची व्यवस्था होती; सामान्यांसाठी सहकारी निवास व्यवस्था होती; अत्यंत गरीब विद्यार्थ्यांना तळघरात

वा पोटमाळ्यावर राहवे लागे. भिक्षेवर जगणाऱ्या ख्रिस्ती संप्रदायांकडून अनेक विद्यार्थ्यांना मदत मिळाली. मात्र ज्यांना ख्रिस्ती महंत व्हावयाचे नव्हते त्यांना अशा प्रकारची मदत मिळत नसे. इ.स. १२५८ आसपास रॉबर्ट दी झोरबॉन याने ख्रिस्ती धर्मशास्त्राचा अभ्यास करणाऱ्या १६ पात्र मठबाह्यवासी विद्यार्थ्यांच्या निवासासाठी एक सभागृह देणगी म्हणून दिले. पॅरिसच्या सांस्कृतिक जीवनातील ही एक महत्त्वाची घटना होती. या घटनेने झोरबॉन निवासी कॉलेजचा आरंभ झाला. हे ख्रिस्ती धर्मशास्त्राच्या अभ्यासकांसाठी असलेले पॅरिसमधील सर्वात जुने कॉलेज होय. यानंतर पॅरिसमधील सधन उमराव, वरिष्ठ धर्माधिकारी आणि नागरिक पुढे आले आणि त्यांनी कॉलेजेससाठी देणग्या दिल्या. यामुळे जे गरीब विद्वान अभ्यासक स्वतःच्या निवासासाठी आणि भोजनासाठी पैसे देण्यास असमर्थ असत त्यांच्या निवासाची आणि भोजनाची व्यवस्था करण्यासाठी प्रयत्न होत राहिले. कॉलेजेसची संख्या वाढत गेली. विद्यापीठाची विद्याशाखा अनेक गटांमध्ये विभागली गेली आणि हे गट आपआपल्या कॉलेजेसशी जोडले गेले. कॉलेजमध्ये शिक्षण दिले जाऊ लागले आणि विद्यापीठाकडे परीक्षांचे आणि पदव्या प्रदान करण्याचे काम राहिले. कालौघात ही कॉलेजेस शैक्षणिक जीवनाची सर्वसामान्य केंद्रे झाली. कॉलेजेसकडे विद्यापीठाचे अनेक उपक्रम आले. पॅरिसमध्ये इ.स. १३ व्या शतकात ८ कॉलेजेसची स्थापना झाली; इ.स. १४ व्या शतकात २७ आणि १५ शतकाच्या पूर्वी कॉलेजेसची एकूण संख्या ६८ झाली. बोलोग्नामध्ये स्पेनमधील विद्यार्थ्यांसाठी स्थापन झालेले कॉलेज आजही आहे. अर्थात कॉलेजेसचे महत्त्वाचे स्थान म्हणजे ऑक्सफर्ड आणि केम्ब्रिज ही विद्यापीठे होत. बॅलिओल, मर्टन, पीटरहाऊस ही इ.स. १३ व्या शतकापासूनची जुनी कॉलेजेस होत.

विद्यापीठासाठीची मूळ संज्ञा 'स्टुडिअम जनराले' ही होती. या 'स्टुडिअम जनराले'मध्ये विद्यार्थी ठिकठिकाणांहून प्रवेश घेत. विद्यापीठात कायदा, वैद्यकशास्त्र आणि ख्रिस्ती धर्मशास्त्र या व्यावसायिक विषयांपैकी कमीत कमी एका विषयाचे शिक्षण दिले जाई. मन मुक्त करणाऱ्या ज्ञानाच्या तीन पदरी विषयांच्या गटाचा ('ट्रिव्हिअम') चार ते पाच वर्षे अभ्यास करून परीक्षा देऊन उत्तीर्ण झाल्यास विद्यार्थ्यास पहिली पदवी प्राप्त होत असे - 'बॅचलर ऑफ आर्ट्स्' अर्थात ही पदवी विद्यार्थ्याने एखाद्या विषयात प्रावीण्य प्राप्त केलेले आहे असे दर्शवीत नाही. ही पहिली पदवी प्राप्त झाल्यानंतर विद्यार्थ्यास व्यावसायिक विषयांच्या - कायदा,वैद्यकशास्त्र आणि ख्रिस्ती धर्मशास्त्र - अभ्यासक्रमासाठी प्रवेश घेता येत असे. कलाशाखेची पहिली पदवी म्हणजे व्यावसायिक विषयांच्या अभ्यासासाठीची तयारी होय. व्यावसायिक विषयांच्या प्रवेशासाठी कलाशाखेची पहिली पदवी असणे आवश्यकच होते. पुढे त्यास 'मास्टर ऑफ आर्ट्स्'ही पदवी प्राप्त करण्यासाठी आणखी ३-४ वर्षे मन मुक्त करणाऱ्या ज्ञानाच्या चार पदरी

विषयांच्या गटाचा ('क्वाड्रिव्हिअम') अभ्यास करावा लागे. या अभ्यासामध्ये त्यास ॲरिस्टॉटलच्या अभ्यासाकडे विशेष लक्ष द्यावे लागे. व्यावसायिक विषयातील 'डॉक्टर'ची पदवी प्राप्त करण्यासाठी विद्यार्थ्याने निवडलेल्या विषयावरील विशेष संहिता आणि त्यावरील भाष्ये यांचा ३-४ वर्षे अभ्यास करावा लागे. ख्रिस्ती धर्मशास्त्राचा अभ्यासक्रम पार पाडण्यास दीर्घ कालावधी लागे; पॅरिसमध्ये हा कालावधी कमीत कमी ८ वर्षे असे आणि पुढे तो १४ वर्षांपर्यंतही जाई. ३५ वर्षांखालील विद्यार्थ्यास 'डॉक्टर' ही पदवी मिळत नसे.

ज्यास अभ्यासक्रम म्हणतात. तसे इ.स. १३ व्या शतकापूर्वी काही अस्तित्वात होते असे आढळत नाही. बोलोग्नामध्ये कायद्याची परीक्षा म्हणजे परीक्षेसाठी नेमलेल्या पुस्तकांबाबतची परीक्षा होय. यावरून कलाशाखेकडे परीक्षेसाठीच्या विषयांसाठी पुस्तकांचा ठराविक संच नेमण्याबाबतची कल्पना सुचणे असंभवनीय नाही. मध्ययुगात ज्ञान या संकल्पनेत कोणी एखाद्याने कशाविषयी काय म्हटलेले होते या पलीकडे जाऊन जाणून घेणे क्वचितच आढळते. मन मुक्त करणाऱ्या शिक्षणामध्ये विद्यापीठाने केलेल्या कायद्यांबरोबर अभ्यासक्रमाबाबतची कल्पना येते. इ.स. १२१५ मध्ये पोपचा प्रतिनिधी रॉबर्ट दी कर्झन याने तयार केलेल्या कायद्याच्या मसुद्यात कलाशाखेकडील 'मास्टर'च्या पदवीसाठी असलेल्या अभ्यासक्रमाबाबतची कल्पना येते. या अभ्यासक्रमात प्राचीन रोममधील कवी, इतिहासकार आणि वक्ते यांना पूर्णपणे वगळण्यात आलेले आहे. लॅटिन भाषेचे शिक्षण केवळ व्याकरणापुरतेच मर्यादित ठेवलेले आहे आणि हे प्रिस्किअनच्या एक किंवा दोन पुस्तकांवर आधारित होते. शिक्षणातील मुख्य विषय तर्कशास्त्र हा होता. ॲरिस्टॉटलचे जुने आणि नवीन युक्तिवादशास्त्र ('डायलेक्टिक') म्हणजेच पॉर्फिरीच्या 'इसॅगॉग'बरोबर संपूर्ण 'आरगॅनॉन' आणि याचे प्राध्यापकांबरोबर वाचन करावयाचे. लेखन आणि वक्तृत्व संपन्न करणारी कला ('रेटरिक') आणि तत्त्वज्ञान हे विषय उत्सवाच्या दिवशी चर्चेसाठी राखून ठेवले जात. लेखन आणि वक्तृत्व संपन्न करणारी कला या विषयासाठी डोनाटसचे 'बार्बरिझ्मस' म्हणजेच अर्स मेजरचे ३-रे पुस्तक आणि बोएथिअसचे अध्ययनाचे विषय ('टॉपिक्स') फक्त हीच पुस्तके नेमलेली होती. तत्त्वज्ञानामध्ये ॲरिस्टॉटलचे 'निकोमाकिअन एथिक्स' आणि चारपदरी ज्ञानमार्ग गटातील ('क्वाड्रिव्हिअम') अंकगणित, भूमिती, संगीत आणि फलज्योतिषशास्त्र यांचा अंतर्भाव होता; अर्थात या विषयांसाठी कोणती विशिष्ट पुस्तके नेमलेली नव्हती.

इ.स. १२०० च्या आसपास ॲरिस्टॉटलचे बरेचसे साहित्य पश्चिमेमध्ये उपलब्ध झालेले होते. इ.स. १२१० मध्ये पॅरिसचा बिशप सदस्य असलेल्या सेन्सच्या प्रांतिक सिनॉडने अनेक पाखंड्यांच्या विरोधात आणि विशेषतः डिनन्टचा डेव्हिड आणि अमौरी

दी बेने यांच्या लिखाणाच्या आणि समर्थकांच्या विरोधात एक हुकूम काढला त्यात, नैसर्गिक तत्त्वज्ञानावरील ॲरिस्टॉटलचे लिखाण आणि त्यावरील भाष्ये यांचे सार्वजनिक ठिकाणी वा खासगीत वाचन होऊ नये आणि या नियमाच्या विरोधात जाणाऱ्यास धर्मबहिष्कृत केले जाईल, असे म्हटले होते. दुसऱ्या बाजूस असेही सांगता येईल की अमौरी दी बेनेला पाखंडी म्हणून ठरविलेले होते, मात्र त्याच्या लिखाणाबद्दल आणि त्याच्या लिखाणातील ॲरिस्टॉटलबाबतच्या उल्लेखाबद्दल काहीही माहिती नाही. डिनन्टच्या डेव्हिडवर, अल्बर्ट दी ग्रेट आणि रॉजर बेकन यांनी, ॲरिस्टॉटलचा भौतिकदृष्ट्या आणि ईश्वरमयत्ववादी दृष्टिकोनातून उपयोग केल्याबद्दल आणि अन्वयार्थ लावल्याबद्दल दोष ठेवला. ॲरिस्टॉटलच्या ग्रंथांचा विचार करता बहुधा 'फिजिक्स', 'डीॲनिमा' आणि 'मेटॅफिजिक्स' हे ग्रंथ असावेत. वरील प्रतिबंधात्मक हुकमात 'लिगॅनटूर' (Legantur) म्हणजे वाचणे असा शब्द आहे. तांत्रिक अर्थाने 'सार्वजनिक किंवा खासगी अध्यापनासाठी संहिता म्हणून उपयोग' असा अर्थ होतो. ॲरिस्टॉटलच्या लिखाणाचे खाजगी वाचन किंवा उपयोग यास प्रतिबंध केलेला नव्हता. प्रतिबंधित ग्रंथांच्या यादीत ॲरिस्टॉटल नव्हता. हा प्रतिबंध फक्त आर्ट्स् स्कूलसाठीच होता आणि त्याचे स्वरूप फक्त स्थानिकच होते. त्यावेळेस रोमकडून सर्वसाधारण स्वरूपाचा प्रतिबंध केलेला नव्हता. धर्मशास्त्री ॲरिस्टॉटलचे वाचनही करू शकले आणि उपयोगही करू शकले. इ.स. १३ व्या शतकाच्या पूर्वार्धात सुरू झालेल्या ऑक्सफर्ड विद्यापीठाच्या माहितीपत्रकात त्यांचे अध्यापक ॲरिस्टॉटलचा उपयोग करण्याचे स्वातंत्र्य अनुभवतात असा दावा केलेला आढळतो.

इ.स. १२१५ मध्ये ख्रिस्ती धर्माधिकारी प्रतिनिधी रॉबर्ट दी कर्झन याने पॅरिस विद्यापीठासाठी कायदे जाहीर केले. यात पुस्तकांची यादी दिली आणि म्हटले की आर्ट्सकडील अध्यापकांनी ॲरिस्टॉटलचे मेटॅफिजिक्स आणि नैसर्गिक तत्त्वज्ञानावरील ग्रंथ किंवा त्यावरील सारांश यावर व्याख्याने देऊ नयेत. तसेच डिनन्टच्या डेव्हिड या अध्यापकाच्या सिद्धान्तासंबंधी किंवा पाखंडी अमौरी किंवा स्पेनचा मॉरिस यांच्यासंबंधीही व्याख्याने देऊ नयेत. हा हुकूम इ.स. १२१० च्या हुकमावर आधारित होता. याचाच अर्थ असा की या दोन्ही पाखंड्यांचे अद्यापही स्मरण होत होते. वरील सारांश म्हणून आलेला उल्लेख हा बहुधा ॲव्हिसेनाने ॲरिस्टॉटलचा केलेला अर्थानुवाद असावा. मॉरिस ऑफ स्पेन या नावाचा शिक्षक माहीत नाही. कदाचित मॉरिस (Mauricii) हे मौरीचे चुकीचे वाचन झालेले असावे आणि स्पॅनिश मूर हा ॲव्हेरूस असावा. इ.स. १२३५ मध्ये नव्या ॲरिस्टॉटलवरील - ॲरिस्टॉटलचे नव्याने उपलब्ध झालेले लिखाण - बंदी मागे घेण्यात आली. इ. स. १२४० च्या आसपास ॲरिस्टॉटलवरील प्रतिबंधाची तातडी राहिलेली आढळत नाही.

इ.स. १२५४ च्या पॅरिस विद्यापीठ कायद्यान्वये कलाशाखेकडील विद्यार्थ्यास जो अभ्यासक्रम पूर्ण करावा लागतो त्याबाबतची माहिती मिळते. ॲरिस्टॉटलचे जुने आणि नवीन तर्कशास्त्र आणि नीतिशास्त्र याशिवाय त्याचे इतर नमूद केलेले ग्रंथ असे :- 'फिजिका', 'मेटॅफिजिका', 'डी ॲनिमा', 'डी ॲनिमलीबस', 'डी कीलो एट मुन्डो', 'मिटिऑरिका', 'डी जनरेशन', 'डी सेन्सु एट सेन्सॅटो', 'डी सोम्नो एट व्हिजिलिआ', 'डी मेमोरिआ एट रेमिनिसेन्शिआ', 'डी मोर्टे एट व्हिटा'.

यात बनावट म्हणून मानल्या गेलेल्या 'डी प्लॅन्टिस'चा अंतर्भाव ॲरिस्टॉटलच्या यादीमध्ये करण्यात आला होता आणि पुढेही त्याच्या आवृत्यांमध्ये त्यांचा समावेश करण्यात आला होता. विशेष म्हणजे या अभ्यासक्रमाच्या यादीमध्ये अत्यंत संशयवादी लिखाण असणाऱ्या 'लिबर डी कॉ कॉझिस'चाही अंतर्भाव करण्यात आला होता. हे लिखाण ॲरिस्टॉटलच्या नावाने सांगितले होते तथापि याचे मूळ ग्रीक हस्तलिखित कधीही नव्हते. हा अरबीतून केलेला लॅटिन अनुवाद आहे हे थॉमस ॲक्विनॉसने ओळखले होते. अरबीतून लॅटिन अनुवादित झालेले दुसरे पुस्तक म्हणजे 'डी डिफरेन्शीआ' स्पिरिटस एट ॲनिमे.' व्याकरणावरील किंवा लेखन आणि वक्तृत्व संपन्न करणारी कला यासाठी गिल्बर्टस पोरेटानुस चे 'सिक्स प्रिन्सिपिआ' (सहा नियम), डोनाटसचे 'बॉरबॅरिझमस' (शब्दांचा प्रघात), प्रिस्किअन आणि बोएथिअसचे 'डिव्हिजन्स ॲन्ड टॉपिक्स' (भागाकार आणि चर्चेसाठीचे विषय) यांचा अंतर्भाव होता.

कायद्याचे अभ्यासकेंद्र म्हणून बोलोग्नाचा उदय होण्यापूर्वी ते लेखन आणि वक्तृत्व संपन्न करणारी कला ('रेटरिक') आणि व्याकरण या विषयांच्या अभ्यासासाठी प्रसिद्ध होते. म्हणून इटलीमधील शिक्षणात हे दोन्ही विषय महत्त्वाचे राहिले. संपूर्ण मध्ययुगात उत्तर युरोपात हे दोन्ही विषय सखोल आणि अधिक चांगल्या पद्धतीने शिकविले जात होते. उत्तर युरोपात नवीन ॲरिस्टॉटल आणि त्याबरोबरीने येणारा 'स्कोलॅस्टिसिझम' यामुळे इतर साहित्य विषयांचे महत्त्व कमी झाले. मात्र कायद्याचे अभ्यासकेंद्र म्हणून बोलोग्ना पुढे आल्यानंतर वरील दोन विषयांकडे उच्च व्यावसायिक शिक्षणासाठी शाळेतील विद्यार्थ्यांच्या तयारीसाठीचे विषय म्हणून पाहिले जाऊ लागले.

बोलोग्नामधील इर्नेरिअस (सुमारे १०६०-११२५) हा 'कॉर्पस युरिस सिव्हिलिस'चा खऱ्या अर्थाने पहिला प्रसिद्ध अभ्यासक होय. त्याच्या अध्यापनामुळे आणि लिखाणामुळे बोलोग्ना हे कायद्याचे अभ्यासकेंद्र म्हणून विशेष प्रसिद्धीला आले. त्याने सर्वसामान्यपणे कायद्याच्या शिक्षणाचा नियमित स्वरूपाचा अभ्यासक्रम म्हणून संपूर्ण 'कॉर्पस युरिस सिव्हिलिस' अभ्यासिले. बहुतकरून बोलोग्नामध्येच प्रथम 'कॉर्पस'च्या सर्व भागांवर व्याख्याने दिली जाऊ लागली. 'कॉर्पस'च्या आरंभीच्या अभ्यासकांनी 'कॉर्पस' विशेषतः

‘डायजेस्ट’ समजण्यासाठी स्पष्टीकरणात्मक टिपा लिहिल्या. या स्पष्टीकरणात्मक टिपा लिहिणाऱ्यांना ‘ग्लोसॅटोर्स’ म्हणून ओळखले जाते. इ.स. १३ व्या शतकाच्या पूर्वार्धात अकर्सिअसने सर्व महत्त्वाच्या स्पष्टीकरणात्मक टिपा एका भागात एकत्रित केल्या. एक प्रकारे ‘कॉर्पस’च्या संहितेच्या अभ्यासाच्या जागी या एकत्रित केलेल्या स्पष्टीकरणात्मक टिपांनी जागा घेतली. विद्यापीठांमध्ये रोमन कायद्याचा अभ्यास हा नेहमीच्या युक्तिवादशास्त्राच्या (‘डायलेक्टिकल’) पद्धतीने होत होता.

इर्नेरिअसने कायद्याच्या अभ्यासाचे केलेले संघटन हे युरोपातील विशेषतः फ्रान्समधील मॉन्टेपेलिअर, ऑर्लिअन्स आणि पॅरिस विद्यापीठामध्ये गेले; पुढे ते इंग्लंडमधील विद्यापीठांमध्येही गेले. इर्नेरिअसच्या काळात कायद्याच्या शिक्षणातील ‘डिक्टामेन’ हा महत्त्वाचा घटक होता. यामध्ये साहित्यिक रचनात्मक शैलीला जितके महत्त्व होते तितकेच महत्त्व लेखप्रमाणकाच्या तांत्रिक (कायद्याला धरून) मांडणीलाही होते. इर्नेरिअसच्या काळापासून कायद्याचा अभ्यास हा लेखन आणि वक्तृत्व संपन्न करणाऱ्या कला विषयाचा (‘रेटरिक’) भाग राहिला नाही; तो पूर्णपणे व्यावसायिक अभ्यासविषय झाला. आणि या व्यावसायिक अभ्यासविषयाची तयारी म्हणून या विषयाकडे पाहिले जाऊ लागले. कायद्याच्या अभ्यासासाठी ॲरिस्टॉटलचे तर्कशास्त्र हा महत्त्वाचा विषय समजला जात होता. मात्र त्याचे नीतितत्त्वज्ञान, अधिभौतिकशास्त्र आणि विज्ञान या विषयांवरील ग्रंथ कायद्याच्या अभ्यासासाठी आवश्यक मानले जात नव्हते. अभ्यासक्रमात कायद्याच्या संहितांचे भाग केलेले असत; त्या प्रत्येक भागास ‘पुन्क्टा’ असे म्हणत. कायद्याच्या अध्यापकाने विशिष्ट तारखेपर्यंत किती भाग - ‘पुन्क्टम’ - पूर्ण केले पाहिजेत हे ठरवून दिलेले असे.

बोलोग्नातील एक प्राध्यापक ओडोफ्रिडस याची ‘जुन्या डायजेस्ट’वरील व्याख्यानाची पद्धती खालीलप्रमाणे होती.

१. प्रथम प्रत्यक्ष पाठ्यवस्तूकडे जाण्याअगोदर प्रत्येक शीर्षकाचा सारांश दिला जाई.
२. प्रत्येक कायद्याच्या उद्देशाबद्दलचे सुस्पष्टपणे विधान मांडले जाई.
३. पाठ्यवस्तूत दुरुस्ती करण्यासाठी पाठ्यवस्तूचे वाचन केले जाई.
४. कायद्याचा आशय थोडक्यात पुन्हा सांगितला जाई.
५. वरवर असणाऱ्या विसंगतींचा उलगडा केला जाई; त्या सोडविल्या जात आणि कायद्याच्या सर्वसामान्य तत्त्वांची मांडणी केली जाई. (यास ‘ब्रोकार्डिका’ असे म्हटले जाई) तसेच कायद्याच्या संदर्भात निर्माण होणाऱ्या प्रश्नांना यथाशक्ती उत्तरे दिली जात.
६. जर एखाद्या कायद्याची पुन्हा उजळणी करण्याची आवश्यकता असेल तर ती

संध्याकाळच्या वर्गात केली जाई.

धार्मिक कायद्याचा दिवाणी कायद्याशी जवळचा संबंध होता. अनेक कारणांसाठी या दोन्ही विषयांमधली पदवी - 'जे.यू.डी' ('डॉक्टर यू ट्रिस्क्यू ज्यूरिस') किंवा एल.एल.डी. अपेक्षित असे. ख्रिस्ती धर्मशास्त्रींनी धार्मिक कायद्यास त्याज्य ठरविलेले होते. मात्र इ.स. १३ व्या शतकापर्यंत मध्ययुगीन चर्चची एक मोठी प्रशासकीय यंत्रणा निर्माण झालेली होती. चर्चची व्यवस्था चालविण्यासाठी कायदा जाणणारांची गरज होती. त्यामुळे चांगल्या प्रशिक्षित धर्मगुरूला या व्यवस्थेत काम करण्याची चांगली संधी होती. त्यामुळे धार्मिक कायद्याच्या अभ्यासाकडे तरूण मोठ्या प्रमाणावर ओढले जात. धार्मिक कायद्याच्या अभ्यासास प्रमाणित पाठ्यपुस्तक म्हणजे ग्रेशिअनचे 'डिक्रिटम' हे होते. ग्रेशिअनच्या 'डिक्रिटम'मुळे, आत्तापर्यंत ख्रिस्ती धर्मशास्त्राच्या अभ्यासाच्या ज्या मर्यादा स्पष्ट झालेल्या नव्हत्या त्या ढोबळ ख्रिस्ती धर्मशास्त्राच्या विषयापासून, धार्मिक कायद्याचा विषय अलग झाला. यास पूरक म्हणून इ.स. १२३४ मध्ये पोप ग्रेगरी ९ वा याने पोपांनी काढलेल्या हुकमांचा ('डिक्रिटल्स') पाच भागांमध्ये एकत्रित केलेला संग्रह प्रसिद्ध केला आणि तो युरोपातील सर्व प्रमुख विद्यापीठांकडे पाठवून दिला. येथे हे लक्षात घेतले पाहिजे की 'डिक्रिटम' हे पाठ्यपुस्तक होते आणि 'डिक्रिटल्स' ही संहिता आहे. युरोपात सर्वच ख्रिस्ती धार्मिक कायद्याचा अभ्यास केला जाऊ लागला. युरोपातील प्रत्येक विद्यापीठामध्ये ख्रिस्ती धार्मिक कायद्याची विद्याशाखा अस्तित्वात आली.

ख्रिस्ती धर्मशास्त्राचा अभ्यास हा दीर्घ कालावधीचा होता. पॅरिसमध्ये हा कालवधी कमीत कमी ८ वर्षे असे आणि पुढे तो १४ वर्षांपर्यंतही जाई. ३५ वर्षांखालील विद्यार्थ्यास 'डॉक्टर' ही पदवी मिळत नसे. या अभ्यासक्रमाच्या प्रवेशासाठीच्या अटी फार कडक होत्या; या विषयाची पुस्तकेही महाग होती. ख्रिस्ती धर्मशास्त्राच्या विद्यार्थ्यास पहिली वर्षे 'ऑडिटर' म्हणून वर्गात उपस्थित राहून व्याख्याने ऐकावी लागत. यापैकी ४ वर्षे तो बायबलवरील तर २ वर्षे पीटर लॉबर्डच्या 'सेन्टेन्सिस'वरील व्याख्याने ऐकत असे. विद्यार्थी त्याच्या १५-१६ वर्षांच्या काळात या दोनच पाठ्यपुस्तकांचा परिचय करून घेत असे. पुढे पीटर लॉबर्डच्या 'सेन्टन्सिस'ची जागा थॉमस ॲक्विनॉसच्या ख्रिस्ती धर्मशास्त्राच्या गोषवाऱ्याने ('समरी ऑफ थिऑलॉजी') जागा घेतली. सर्वसामान्यपणे जे सांगितले जाते त्यापेक्षा कमी संख्येने विद्यार्थी ख्रिस्ती धर्मशास्त्राच्या अभ्यासाकडे वळत. किंबहुना विद्यार्थी त्यांचे तरूण वय ओलांडल्यानंतर ख्रिस्ती धर्मशास्त्राच्या अभ्यासासाठी प्रवेश घेतात अशा प्रकारची तक्रार पॅरिस विद्यापीठाचे कुलगुरू करताना दिसतात. ख्रिस्ती पुरोहितांसाठीचे ख्रिस्ती धर्मशास्त्राचे विहित शिक्षण हा भाग प्रतिधर्मसुधारणा चळवळीनंतरचा आहे.

उत्तर युरोपपेक्षा इटलीमधील वैद्यकीय व्यवसायाची वाढ झपाट्याने होत होती. येथील वैद्यकीय क्षेत्रातील व्यक्ती नियम म्हणून धर्मोपदेशक नव्हत्या. वैद्यकीय शिक्षण चर्चच्या नियंत्रणाखाली नव्हते. उत्तर इटलीमध्ये कायद्याच्या अभ्यासास चालना मिळाल्यानंतर वैद्यकीय शास्त्राच्या विकासाकडे लक्ष गेले. वैद्यकशास्त्राचा अभ्यास आणि ॲरिस्टॉटलचे संपूर्ण शरीरविज्ञान आणि त्या अनुषंगाने ॲरिस्टॉटलचे संपूर्ण तत्त्वज्ञान यांचा अगदी जवळचा संबंध होता; वैद्यकशास्त्राचा अभ्यासविषय म्हणून त्याजकडे पाहिले जात होते. उत्तर युरोपात ॲरिस्टॉटलकडे सिद्धान्तात्मक तत्त्वज्ञानाचा आधार म्हणून प्रायकः पाहिले जात होते. तसेच येथे स्कोलॅस्टिक धर्मशास्त्रीला ॲरिस्टॉटल अत्यावश्यक तत्त्वांचा प्रमुख भाग वाटतहोता. इटलीमध्ये वैद्यकशास्त्राचा शास्त्रीय आधार म्हणून ॲरिस्टॉटलचा अभ्यास केला जात होता. म्हणूनच इटलीमधील सर्व विद्यापीठांमधून वैद्यकशास्त्र आणि कलाविषय यांच्यात जवळचे संबंध राहिले.

इ.स. १३ व्या शतकाच्या दुसऱ्या अर्ध्या भागापर्यंत वैद्यकशास्त्राचे प्राध्यापक 'डॉक्टर' किंवा 'प्रोफेसर' ही उपाधी लावत नव्हते. याचसुमारास 'लिबरल आर्ट्स' च्या शाळांमध्ये प्रशिक्षित झालेल्यांनी वैद्यकशास्त्र शिकविण्यास आरंभ केला. वैद्यकशास्त्राचे अध्यापन अभिजात काळातील वैद्यांच्या आणि त्यांचे अनुकरण करणाऱ्या अरब वैद्यांच्या लिखाणावर आधारित होते. बोलोग्नामध्ये वैद्यकशास्त्राच्या शास्त्रीय अभ्यासकेंद्राचा पाया फ्लॉरेन्सच्या थेडिअसने घातला. थेडिअसने इ.स. १२६० मध्ये बोलोग्नात वैद्यकशास्त्र शिकविण्यास आरंभ केला. त्याचे अध्यापन प्रायतः ॲव्हिसेनाच्या लिखाणावर आधारित होते; प्रसंगी तो मूळ ग्रीक ग्रंथांचाही संदर्भ देत असे. त्याने 'नायकोमेकिअन एथिक्स'चा टस्कन भाषेत (टस्कन या इटलीच्या प्रदेशामधील बोलली जाणारी इटालियन भाषा) अनुवाद केलेला होता असे सांगितले जाते. इ.स. १२२१ पूर्वी कलाशाखेची पदवी प्रदान होत असल्याबद्दलची आपणास निश्चित स्वरूपाची माहिती मिळते. मात्र थेडिअसच्या काळापर्यंत वैद्यकशास्त्राची पदवी प्रदान होत असल्यासंबंधीचा आधार स्पष्टपणे मिळत नाही. इ.स. १२६२ मध्ये रोलॅन्डिनसने पदुआ विद्यापीठामध्ये उपस्थित प्राध्यापक आणि विद्यार्थी यांच्यासमोर त्याच्या पुस्तकाचे वाचन केले. वैद्यकीय आणि कला विषयांच्या प्राध्यापकांचा ('डॉक्टर्स') संयुक्त संघ (जॉईन्ट कॉलेज) पदुआ विद्यापीठामध्ये अस्तित्वात आल्याचा पहिला पुरावा मिळतो. बोलोग्नाच्या वैद्यकीय विद्यापीठाला इ.स. १३०६ पर्यंत त्यांच्या स्वतःच्या 'रेक्टर'ची निवड स्वतंत्रपणे करता येत नव्हती. त्यानंतर बोलोग्ना शहराने वैद्यकीय विद्यापीठाच्या रेक्टरच्या स्वतंत्र कार्यक्षेत्रास मान्यता दिली. बोलोग्नाच्या वैद्यकीय विद्यापीठाने बोलोग्ना शहरातील वैद्यकशास्त्र, शल्यक्रिया, 'नोटरिआ', तत्त्वज्ञान,

ज्योतिषशास्त्र, तर्कशास्त्र आणि वक्तृत्व आणि लेखन संपन्न करणारी कला किंवा व्याकरण या विषयांच्या सर्व निवासी विद्यार्थ्यांना आपल्या कार्यक्षेत्रात अंतर्भूत केल्याचा तसेच या सर्व विषयांचे प्राध्यापक आपल्या कार्यक्षेत्राखाली असल्याचा दावा केला.

बोलोग्ना वैद्यकीय विद्यापीठाच्या अभ्यासक्रमात गॅलेनचे 'लिबर टेग्नी', हिप्पोक्रेटिसचे 'ॲम्फॉरिझम्स' (अर्थपूर्ण सूत्रे), ॲव्हिसेनाचे 'कॅनन', ॲव्हेरूसची वैद्यकशास्त्रावरीलची पुस्तिका, ब्रुनसची 'सर्जरी', गॅलेनची 'सर्जरी, ऱ्हेझिसच्या अल मन्सोरचे ७ वे पुस्तक या पुस्तकांचा अंतर्भाव होता.

वैद्यकीय शास्त्रातील 'डॉक्टर' ही पदवी प्राप्त करण्यासाठी :-

१. उमेदवाराचे वय २० वर्षे असणे आवश्यक होते.
२. उमेदवाराने वैद्यकशास्त्राचा ५ वर्षांचा अभ्यासक्रम पूर्ण केलेला असला पाहिजे.
३. त्यास कलाशाखेच्या विषयांचे पुरेसे ज्ञान असले पाहिजे.
४. जर उमेदवाराकडे कलाशाखेकडे अध्यापन करण्याचा परवाना असेल तर त्यास वैद्यकीय अभ्यासक्रम ४ वर्षांमध्ये पूर्ण करता येईल.
५. उमेदवाराने पहिला पदवीधारक म्हणून काही वैद्यकीय पुस्तिकांवर किंवा पुस्तकावर व्याख्याने दिलेले असले पाहिजे आणि किमान दोन प्रबंधांवरील चर्चेत सहभागी झालेले असले पाहिजे.
६. विद्यापीठाच्या नियमान्वये उमेदवाराने पदवी प्राप्त केल्यानंतर एका वर्षासाठी एखाद्या प्रसिद्ध डॉक्टरकडे वैद्यकीय सेवेचा सराव करावा.

मॉन्टेपेलिअर किंवा सालेर्नो येथील वैद्यकीय शिक्षण केंद्रांना जे महत्त्व होते ते पॅरिस वैद्यकीय शिक्षण केंद्रास नव्हते. इ.स. १२७०-७४ या काळातील पॅरिस विद्यापीठाच्या नियमांन्वये पहिला पदवीसाठीचा अभ्यासक्रम ३२ महिन्यांचा होता आणि त्यानंतर वैद्यकीय सेवेचा परवाना मिळविण्यासाठी, कलाशाखेची पहिली पदवी असेल तर साडेपाच वर्षांचा वैद्यकीय अभ्यासक्रम पूर्ण करावा लागे नाहीतर ६ वर्षांचा अभ्यासक्रम पूर्ण करावा लागे. वैद्यकीय अभ्यासक्रमात गॅलेनचा 'लिबर टेग्नी' आणि इ.स. ७ व्या शतकातील बायझॅन्टाइन वैद्य थिओफिलस, ज्यू वैद्य आयझॅक आणि त्याचे शिष्य, सालेर्नोचा वैद्य निकोलस आणि फिलिप ऑगस्टसच्या काळातील प्रसिद्ध वैद्य इगिडिअस यांच्या वैद्यकशास्त्रावरील ग्रंथांचा अंतर्भाव होता. याशिवाय 'थिओरेटिका' आणि दुसरे 'प्रॅक्टिका' या ही पुस्तकांचा अभ्यासक्रमात अंतर्भाव होता. यात हिप्पोक्रेटिसच्या 'ॲफॉरिझम्स' ग्रंथाचा अंतर्भाव नाही. नंतर हिप्पोक्रेटिसचा अंतर्भाव झालेला दिसतो. याशिवाय ॲव्हेरूसचे वैद्यकीय

शास्त्रावरील पुस्तक 'युनिव्हर्सालिस द मेडिसिना', ॲव्हिसेनाचा 'कॅनन' आणि इतर अरब वैद्यकांच्या ग्रंथांचेही अध्ययन केले जाई. बोलोग्ना आणि मॉन्टेपेलिअर येथील वैद्यकीय शिक्षण केंद्रांमध्ये शरीरशास्त्र आणि शस्त्रक्रिया यामध्ये केलेल्या प्रगतीचा अपवाद वगळता मध्ययुगातील विद्यापीठांनी वैद्यकीय ज्ञानात भर घातलेली आढळत नाही.

पदवीप्रदान अर्थात अध्यापन परवाना प्राप्ती : बोलोग्ना विद्यापीठ, विद्याशाखा : कायदा

पदवीप्रदान कार्यक्रम आर्चडीकनच्या अध्यक्षतेखाली होत असे. या प्रक्रियेचे दोन भाग होते :

१. गुप्तपणे घेतलेली परीक्षा आणि

२. जाहीरपणे घेतलेली परीक्षा

गुप्तपणे घेतलेली परीक्षा ही उमेदवाराच्या सक्षमतेची खरी परीक्षा होय. परीक्षाप्रक्रियेत दाखल होण्यासाठी उमेदवारास त्याचा राष्ट्रीय गट-सल्लागार 'रेक्टर' समोर उपस्थित करे. 'रेक्टर' समोर उमेदवार मी सर्व अटींची पूर्तता केलेली आहे आणि विद्यापीठाच्या नियमाप्रमाणे असलेल्या फीपेक्षा अधिक काही स्वतः रेक्टरला किंवा प्राध्यापकांना किंवा सहकारी विद्यार्थी मित्रांना देणार नाही असे सांगे. मी 'रेक्टर'च्या सर्व सूचनांचे पालन करीन अशी शपथ उमेदवार घेई.

त्यानंतर ८ दिवसांमध्ये उमेदवाराचे स्वतःचे प्राध्यापक किंवा दुसरे प्राध्यापक किंवा इतर दोन प्राध्यापक उमेदवारास 'आर्चडीकन' समोर उपस्थित करत. उमेदवारास उपस्थित करणाऱ्या प्राध्यापकाचे उमेदवाराच्या तयारीबद्दल समाधान झालेले असले पाहिजे. परीक्षेच्या दिवशी अगदी सकाळी उमेदवार प्राध्यापकसंघाच्या उपस्थित सदस्यांसमोर येई. त्यातील एक प्राध्यापक उमेदवारास दिवाणी कायद्यातील किंवा धार्मिक कायद्यातील (उमेदवाराचा जो विषय असेल त्यातील) दोन परिच्छेद देत असे. त्यानंतर उमेदवार त्या परिच्छेदांचा अभ्यास करण्यासाठी घरी जाई; हा अभ्यास करताना उमेदवार त्याच्या प्राध्यापकाची मदत घेई. त्यानंतर त्याचदिवशी आर्चडीकन सर्व प्राध्यापकांना कॅथीड्रलमध्ये किंवा एका सार्वजनिक सभागृहात बोलावित असे. या परीक्षेच्या अध्यक्षस्थानी आर्चडीकन असे मात्र उमेदवाराच्या परीक्षेत त्याचा प्रत्यक्ष सहभाग नसे. त्यानंतर उमेदवाराचे प्राध्यापक आर्चडीकन आणि उपस्थित प्राध्यापकांना त्याचा परिचय करून देई. त्यानंतर प्राध्यापक संघाचा 'प्रायर' उमेदवारास अनेक शपथा देत असे. नंतर उमेदवार, त्याला सकाळी दिलेल्या दोन परिच्छेदांवर, व्याख्यान देई. प्राध्यापक उमेदवारास दोन परिच्छेदांच्या

संदर्भात किंवा उमेदवाराने दिलेल्या व्याख्यानाच्या संदर्भात प्रश्न विचारीत. प्राध्यापकांनाही उमेदवारास आपण विचारणाऱ्या प्रश्नासंबधी पूर्वी काही त्यास सांगितलेले नाही अशी शपथ घ्यावी लागे. या कार्यक्रमानंतर उपस्थित असलेल्या प्राध्यापकांमध्ये गुप्त मतदान होई आणि बहुमताने निर्णय होई. उमेदवाराच्या गुप्त परीक्षेबाबतचा निर्णय आर्चडीकन जाहीर करे.

गुप्तपणे घेतल्या गेलेल्या परीक्षेत उमेदवार उत्तीर्ण झाल्यानंतर त्याला जाहीर परीक्षेस सामोरे जावे लागे. जाहीर परीक्षेच्या काही थोडे दिवस अगोदर उमेदवार शहरातून फेरी मारत सार्वजनिक सेवेतील अधिकाऱ्यांना आणि त्याच्या मित्रांना समारंभास उपस्थित राहण्याचे निमंत्रण करी. जाहीर परीक्षेच्या दिवशी उमेदवार कॅथीड्रलमध्ये येई आणि तेथे कायद्याच्या प्रश्नासंबंधी व्याख्यान देई आणि आपल्या प्रबंधाचे वाचन करी. विद्यार्थ्यांमधून निवडलेले काही विद्यार्थी उमेदवाराच्या प्रबंधाच्या विरोधात मते मांडत. यावर उमेदवार उत्तरे देत आणि असे करताना एक प्रकारे तो प्रथमच अध्यापकाची भूमिका पार पाडण्याचा प्रयत्न करी. त्यानंतर उमेदवाराचे प्रवर्तक प्राध्यापक उमेदवारास आर्चडीकन समोर नेत; तेथे आर्चडीकन उमेदवाराची प्रशंसा करीत आणि त्यास पोपच्या वतीने अध्यापनाचा परवाना देत. या कार्यक्रमात प्राध्यापक संघाचे सदस्य उमेदवाराचा नवीन प्राध्यापक सदस्य म्हणून स्वीकार करत. उमेदवारास अध्यापनाचा परवाना प्राप्त झाल्यानंतर प्रवर्तक प्राध्यापक त्यास प्राध्यापकपदाचे अधिकार बहाल करी; उमेदवार प्राध्यापकाच्या खुर्चीत ('कॅथीड्रा') बसे आणि त्याजकडे कायद्याचे एखादे पुस्तक दिले जाई. याचाच अर्थ असा की उमेदवाराने त्याच्या अध्यापनसेवेस प्रारंभ केलेला आहे. प्राध्यापक संघ आणि विद्यार्थी संघ उमेदवाराची शहरातून मिरवणूक काढत. कार्यक्रमाच्या अखेरीस उमेदवारातर्फे मेजवानी दिली जाई.

पदवी प्रदान (अध्यायन परवाना प्राप्ती) : पॅरिस विद्यापीठ कलाशाखा :-

विद्यार्थ्यांच्या अभ्यासक्रमाचे दोन भाग पडतात. पहिल्या भागात तो साधा आणि निखळ विद्यार्थी असतो तर दुसऱ्या भागात तो त्याच्या अध्यापकांकडे अभ्यास चालू ठेवत असताना त्याला काही शिकवण्याचे काम करावयाचे असे. येथे 'डिटऽमिनेइशन'चा अर्थ स्पष्ट केला पाहिजे. टू 'डिटऽर्मिन' म्हणजे प्रबंध प्रतिपादन करताना त्याच्या विरोधी मांडणी करणाऱ्या विद्यार्थ्यांच्या संदर्भात प्रबंध प्रतिपादनाचे समर्थन करणे होय. प्रबंध प्रतिपादन करणारा विद्यार्थी हा 'डिटऽर्मिनर' म्हणजे पहिली पदवी प्राप्त करण्याच्या आरंभीच्या स्थितीत असतो. त्यास प्रबंध प्रतिपादनात कनिष्ठ स्तरातील विद्यार्थी विरोध

करतो. हा ‘डिटऽर्मिनर’ पुढे अध्यापक होणार त्याची ही एक प्रकारची रंगीत तालीमच असते. आरंभी ही बाब अगदी उस्फूर्त होती. इ.स. १३ व्या शतकाच्या मध्यात हा प्रघातच झाला आणि नंतर कलाशाखेकडील अध्यापक (‘मास्टर’) होऊ पाहणाऱ्या विद्यार्थ्यासाठी तो त्याच्या शिक्षणाचा आवश्यक भाग झाला. इ.स. १२७९ मध्ये विद्यार्थी उमेदवारास, अध्यापन परवाना प्राप्तीसाठी कुलगुरूंकडे जाण्यापूर्वी, ‘डिटऽर्मिनेऽशन’ची प्रक्रिया पूर्ण करणे आवश्यक करण्यात आले.

इ. स. १२७५ मध्ये ‘रिस्पॉन्शन्स’ म्हणजे प्राथमिक परीक्षा लागू करण्यात आली. ज्या विद्यार्थ्यांना जाहीर परीक्षेत भाग घ्यावयाचा असेल त्यांची पात्रता अजमावण्यासाठीची ही परीक्षा होती. या प्राथमिक परीक्षेत उमेदवारास व्याकरण आणि तर्कशास्त्र या विषयांमध्ये अध्यापकांबरोबर (‘मास्टर’) वाद करावा लागे. उमेदवार जर ही पूर्व परीक्षा समाधानकारकपणे उत्तीर्ण झाला तर त्याला कलाशाखेच्या पहिल्या पदवी परीक्षेसाठी (‘बॅकॅलॉरिएट’) दाखल करून घेतले जाई. त्यानंतर उमेदवाराला परीक्षकांच्या मंडळास सामोरे जावे लागे. उमेदवार ज्या राष्ट्रगटाचा असेल त्या राष्ट्रगटातर्फे हे परीक्षकांचे मंडळ नेमले जाई. अध्यापकाने उमेदवाराला दिलेला कार्यक्रम त्याने पार पाडला आहे किंवा काय याबाबत परीक्षकांचे मंडळ माहिती घेई. यात उमेदवाराचा शहरातील वास्तव्य-काल आणि त्याची विहित केलेल्या विषयांच्या व्याख्यानास असलेली उपस्थिती यांचा अंतर्भाव असे. हे परीक्षकमंडळ उमेदवारास अभ्यासासाठी असलेल्या पुस्तकांमधील आशयाबाबतही परीक्षा घेई. उमेदवार ही परीक्षा उत्तीर्ण झाल्यास त्याला त्याच्या प्रबंधाच्या समर्थनार्थ (डिटऽर्मिन) होणाऱ्या परीक्षेसाठी दाखल करून घेतले जाई. कदाचित याच सुमारास म्हणजे जेव्हा ‘डिटऽमिनेऽशन’ ही प्राथमिक परीक्षा अध्यापक (‘मास्टर’) होण्यासाठी आवश्यक करण्यात आली. तेव्हापासून ‘बॅचलर’ शब्द उपयोगात आला. आतापर्यंत हा ‘बॅचलर’ शब्द अध्यापकाने त्याच्या वर्गात ज्या उमेदवाराला शिकवण्यास परवानगी दिलेली आहे, अशा कोणत्याही विद्यार्थ्यासाठी किंवा जो विद्यार्थी अध्यापक होण्यासाठी उमेदवार आहे त्यासाठी वापरला जात असे. आता मात्र ‘बॅचलर’ हा शब्द तांत्रिक अर्थाने कलाशाखेसाठीच मर्यादित झाला. जे उमेदवार विहित परीक्षा पास झालेले असतील, ज्यांना ‘डिटमिनेऽशन’च्या परीक्षेसाठी दाखल करून घेतलेले असेल आणि ज्यांना वरवरची व्याख्याने देण्यास परवानगी मिळालेली असेल त्यांच्यासाठी उपयोगात येऊ लागला. उमदेवारास, ‘बॅकॅलॉरिएट’ या नव्या पदवीसाठी दाखल करून घेताना, ‘डिऽटमिनेऽशन’ परीक्षा महत्त्वाची ठरते. विद्यार्थ्यांच्या विद्यापीठामधील आयुष्यातील तो एक मोठा दिवस असतो. या प्रसंगी उमेदवारासाठी मोठा समारंभ होत असे. उमेदवाराच्या

मित्रांनाही या प्रसंगी बोलवले जाई. शेवटी मेजवानीचा कार्यक्रम होई.

'डिटऽमिनेऽशन'च्या परीक्षेत यशस्वीपणे उत्तीर्ण झाल्यानंतर विद्यार्थी त्याच्या अध्यापकांच्या व्याख्यांनाना उपस्थित राहतो, काही वादविवादांमध्ये भाग घेतो आणि एक ओझरती व्याख्यानमालिका देतो. सामान्यत: ही व्याख्याने 'ऑरगॅनन'च्या एखाद्या पुस्तकावर असत. विद्यार्थी विद्यापीठात दाखल होण्यासाठीची पात्रता परीक्षा -'मॅट्रिक्युलेशन'- उत्तीर्ण झाल्यापासून पुढे ५-६ वर्षे अभ्यास केल्यानंतर कलाशाखेने नेमलेल्या सर्व पुस्तकांचे वाचन ऐकल्यानंतर आणि तो त्याच्या वयाच्या २०व्या वर्षी पोहोचला की तो स्वतः कुलगुरूंच्या परीक्षेस सामोरे जाण्यासाठी पात्र ठरतो.

कलाशाखेमध्ये प्रत्यक्ष परीक्षा होत असे आणि एके काळी ही परीक्षा खरोखरच गंभीरपणे घेतली जाई. विद्यार्थ्याला अभ्यासाठी नेमलेल्या पुस्तकांवर ही परीक्षा आधारित होती. ही परीक्षा कुलगुरू आणि चार परीक्षकांचे मंडळ घेत असे. अध्यापनाचा परवाना देण्याच्या कार्यक्रमप्रसंगी, काही उमेदवार तरी, अध्यापक वर्गासामध्ये पाठ्यपुस्तकांमधील विविध भागांवर जशी व्याख्याने देतात, त्या धर्तीवर व्याख्याने ('कोलॅशन्स') देत यानंतर उपस्थित होणाऱ्या प्रश्नोत्तरांच्या चर्चेमध्ये स्वतःकुलगुरू सहभागी होत.

कुलगुरुंच्या उपस्थितीमधील प्रत्यक्ष परीक्षेला सामोरे जाण्यापूर्वी कलाशाखा उमेदवाराची स्वतंत्रपणे परीक्षा घेत असे. या परीक्षेला कुलगुरू उपस्थित नसत. या परीक्षेसाठी कलाशाखा चार परीक्षकांचे - 'टेम्प्टॅटोरेस' - मंडळ नेमी. ही परीक्षा, कुलगुरुंच्या उपस्थितीमध्ये होणारी परीक्षा आणि अध्यापन-परवाना दिला जाण्याच्या वेळी उमेदवारांची होणारी व्याख्याने, यामध्ये होत असे. ही परीक्षा कलाशाखेच्या सर्व विषयांच्या पदवीधरांना लागू असे. नंतरच्या परीक्षेत, परीक्षकांची ('टेम्प्टॅटोरेस') नावे कुलगुरू सुचवित असत आणि कलाशाखेने ती मान्य केलेली असत. या परीक्षेत उमेदवाराचे वास्तव्य, त्याची व्याख्यानांना असलेली उपस्थिती, त्याने अभ्यासाबाबतची केलेली पूर्तता याबाबतची माहिती घेतल्यानंतर त्याला नेमलेल्या पुस्तकांबाबतची परीक्षा होई. अखेरीस कुलगुरू परीक्षकांची मते विचारात घेऊन, कलाशाखेच्या प्राध्यापकांसमोर द्यावयाच्या परीक्षेसाठी, पात्र ठरलेल्या उमेदवारांची निवड करीत. यानंतर कुलगुरूंनी निवडलेल्या कलाशाखेतील चार प्राध्यापकांमार्फत परीक्षा घेतली जाई. ज्या दिवशी अध्यापनाचा परवाना देण्याचा कार्यक्रम होई त्या दिवशी निखळ औपचारिक स्वरूपाची जाहीर परीक्षा होई किंवा त्याच कार्यक्रमात उमेदवारास एखाद्या विषयावरील व्याख्यान द्यावे लागे.

परीक्षेत उत्तीर्ण झालेले उमेदवार आठ (८) किंवा अधिकांच्या गटाने, कुलगुरूंकडे

पाठविले जात. उमेदवारांची नावे गुणवत्तेनुसार लावलेली असत. या उमेदवारांना अध्यापनाचा परावाना प्राप्त होई. ठरलेल्या दिवशी समारंभ प्रसंगी यशस्वी उमेदवारांना अध्यापनाचा परवाना दिला जाई. परवानाधारक उमेदवारास प्राध्यापकांच्या संघाचे सदस्यत्व प्राप्त झाले की तो पूर्णपणे प्राध्यापक होई. परवानाप्राप्ती आणि पूर्णपणे प्राध्यापक होणे ('इनसेप्शन') यात ६ महिन्यांचा कालावधी जाई. प्रत्यक्ष समारंभाच्या कार्यक्रमापूर्वी उमेदवार त्याच्या राष्ट्र गटाच्या विद्यार्थी समुदायासमोर येई आणि आपल्या पदोन्नतीसाठी आपल्या राष्ट्रगटाची परवानगी ('प्लेसेट') घेई. ही परवानगी घेतल्यानंतर यशस्वी उमेदवार आपण रेक्टर, आपली विद्याशाखा आणि आपल्या राष्ट्रगटाच्या आज्ञांचे पालन करू अशी शपथ घेई. त्या दिवशी सायंकाळच्या कार्यक्रमात, प्राध्यापक संघाचा सदस्य होण्यापूर्वी, होणाऱ्या गंभीर चर्चेमध्ये ('व्हेस्पर्स') भाग घेई. यानंतर तो त्याचे प्रारंभीचे व्याख्यान देण्यास मोकळा होई किंवा तो कलाशाखेच्या प्राध्यापकांच्या उपस्थितीमध्ये होणाऱ्या चर्चेत भाग घेई. त्यानंतर तो कार्यकारी अध्यक्षांकडून अध्यापकाची टोपी ('मॅजिस्टेरिअल बिरेटो')आणि पुस्तक घेई, तो प्राध्यापकाच्या खुर्चीवर ('मॅजिस्टेरिअल' कॅथीड्रा) आसनस्थ होई. कार्यक्रमाच्या अखेरीस अध्यापन-परवाना धारकातर्फे मेजवानीचा कार्यक्रम होई.

आरंभीच्या विद्यापीठांविषयी :

आरंभीच्या विद्यापीठांना त्यांच्या स्वतःच्या इमारती नव्हत्या. त्या काळात व्याख्याने प्राध्यापकांच्या निवासी जागेत किंवा कॅथीड्रल भोवतालच्या चर्चेच्या इमारतीमध्ये किंवा भाडे तत्त्वावर घेतलेल्या जागेत होत असत. ज्या प्राध्यापकांची व्याख्याने प्रभावी होत असत त्यांना निवासी जागा अपुरी पडे त्यामुळे त्यांची व्याख्याने सार्वजनिक ठिकाणी किंवा व्याख्यानासाठी घेतलेल्या खुल्या जागेमध्ये होत असत. इर्नेरिअसची व्याख्याने मोकळ्या जागी होत असत. भाडेतत्त्वावर घेतलेल्या खोल्या किंवा वर्ग यामध्ये वातावरण उबदार राहील अशी व्यवस्था नसे. तेथे बसण्यासाठी बाकेही नसत. लिहिण्यासाठी उतरता बाकही नसे. वर्गात विद्यार्थी जमिनीवर घातलेल्या वाळलेल्या गवताच्या भाऱ्यावर बसत. अध्यापक बाकावर बसत. कालौघात विद्यार्थ्यांसाठीही बाके आली. इस. स. १५व्या शतकाच्या अखेरपर्यंत बोलोग्ना विद्यापीठास स्वतःची इमारत नव्हती.त्यानंतर विद्यापीठाने स्वतःच्या इमारतीसाठी प्रयत्न केले आणि आज अस्तित्वात असलेली बोलोग्ना विद्यापीठाची मूळची इमारत ही १६व्या शतकापासूनची आहे.

आरंभीच्या विद्यापीठांमधील व्याख्यानांचे वेळापत्रक सांगणे ही तशी कठीण गोष्ट

आहे. या काळात कालमापन हे छायायंत्र ('सन-डायल') किंवा घड्याळापेक्षा चर्चमधील सेवांसाठी होणाऱ्या घंटानादावर केले जाई. बोलोग्ना विद्यापीठात दररोज ३ व्याख्यान-तास असत. सकाळी अगदी पहिल्या घंटेच्या ठोक्यावर दिवसाचा पहिला तास सुरू होई. पहिले सर्वसाधारण ('ऑर्डिनरी') स्वरूपाचे व्याख्यान सेंट पीटर चर्चमधील अर्पणाविध्यात्मक उपासनेसाठी होणाऱ्या अगदी पहिल्या घंटेबरोबर सुरू होई आणि हा तास तिसऱ्या विधियुक्त तासापर्यंत म्हणजे सकाळी ९ वाजेपर्यंत चाले. याचाच अर्थ असा की सकाळचा पहिला तास कमीत कमी २ तासांपर्यंत किंवा त्यापेक्षा अधिक वेळ चाले. दुपारच्या सत्रात दोन व्याख्याने असत. हिवाळ्यात एक व्याख्यान २ तासांचे म्हणजे दुपारी २ ते ४ तर दुसरे १.३० (दीड) तासांचे म्हणजे ४ ते ५.३० या वेळांमध्ये असत. उन्हाळ्याच्या दिवसात व्याख्यानांच्या वेळांमध्ये बदल होई. एक व्याख्यान दुपारी १.३० (दीड) ते ३ या वेळेत तर दुसरे ३.३० (साडे तीन) ते ५ या वेळेमध्ये असे. तिसऱ्या विधियुक्त तासानंतर म्हणजे सकाळी ९ नंतर ते दुपारी १.३० (दीड) किंवा २ वाजेपर्यंत भोजनासाठी आणि विश्रांतीसाठीचा वेळ असे. विशेष ('एकस्ट्राऑर्डिनरी') स्वरुपाची व्याख्याने तिसऱ्या विधियुक्त तासानंतर दिली जात असण्याची संभाव्यता अधिक आहे. या स्वरूपाच्या व्याख्यानांसाठी विद्यापीठाच्या नियमांमध्ये व्यवस्था केलली असे. दिवाणी कायद्याच्या अभ्यासात सर्वसाधारण स्वरूपाची पुस्तके सर्वसाधारण तासांसाठी म्हणजे सकाळच्या सत्रातील तासांच्या वेळी ठेवलेली असत. धार्मिक कायद्याच्या अभ्यासात सर्वसाधारण पुस्तकांची संख्या विशेष पुस्तकांच्या संख्येपेक्षा अधिक असल्यामुळे सर्वसाधारण पुस्तकांवर विशेष स्वरूपाची व्याख्याने सकाळी ९ ते १.३० (दीड) -२.०० या वेळांमध्ये दिली जात एका वर्षांतून किंवा किमान २ किंवा ४ वर्षांमधून सर्व संहितांवर व्याख्याने दिली जावीत अशी रीतीने अध्यापकांमध्ये पुस्तके विभागली जात असत.

मध्ययुगात लॅटिन हीच शिक्षणाची सार्वत्रिक भाषा होती. पाठ्यपुस्तके लॅटिनमध्येच होती. व्याख्यानेही लॅटिनमध्येच असत. आणि विशेष असे की विद्यार्थ्यांमधील परस्पर संबंधातही लॅटिनचा उपयोग अनिवार्य होता. विद्यार्थ्यांमधील संभाषणावर लक्ष असावे तसेच त्यांना अभ्यासास प्रोत्साहन मिळावे या हेतूने हा नियम केलेला असावा.

अभ्यासक्रम पाठ्यपुस्तकांवर आधारित असे. फारच थोड्या विद्यार्थ्यांजवळ स्वतःची पाठ्य पुस्तके असत. त्यामुळे अध्यापक वर्गामध्ये शिकवत असताना संहितेतील एक दोन वाक्यांचे वाचन करत आणि त्यानंतर त्याबाबतचे सविस्तर स्पष्टीकरण देत. येथे अध्यापकाने त्याचे भाष्य वाचून दाखविणे अपेक्षित नसे. ते भाष्य आयत्या वेळी सादर

करी. अध्यापकाने व्याख्यान सावकाश देऊ नये, ते त्याने वेगाने शब्दोच्चारण करून शीघ्र गतीने द्यावे. विद्यार्थ्यांना त्याच्या व्याख्यानाची टिपणे घेता येऊ नयेत असा हेतू यामध्ये होता. त्यामुळे विद्यार्थ्यांना हे सर्व व्याख्यान स्मरणात ठेवणे आवश्यक असे. व्याख्यानातील सर्व आवश्यक मुद्दे स्मरणात ठेवून नंतर त्याची टिपणे तयार करताना अर्थातच अपूर्णता राहून जाई. काही वेळा ही अपूर्णता दूर करण्यासाठी विद्यार्थी त्याच अभ्यासक्रमास दोनदोनदा तीनतीनदा उपस्थिती लावत. अगदीच थोड्या विद्यार्थ्यांजवळ हस्तलिखित पुस्तके असत. ज्यांच्याजवळ ती असत त्यांना त्यांच्या पुस्तकांची खूपच काळजी घ्यावी लागे, नाही तर चोरीची शक्यता अधिक! काही विद्यार्थी एकत्र येऊन त्यांच्या गटामध्ये पुस्तक विकत घेत. पॅरिसमध्ये ग्रंथालयांची स्थापना होण्या अगोदरच्या काळात विद्यार्थ्यांना अनेक पुस्तके भाड्याने दिली जात. ज्या विद्यार्थ्यांकडे पाठ्यपुस्तके नसत ते व्याख्यानाची टिपणे मेणाच्या गोळ्यांवर घेत असत. त्या काळी कागद नव्हता. चर्मपत्र खूपच महाग असत. त्यामुळे ज्यांना परवडत असेल तेच विद्यार्थी चर्मपत्रांची खरेदी करत. बऱ्याचदा विद्यार्थी गट करून चर्मपत्रे खरेदी करत. व्याख्यानानंतर हे विद्यार्थी त्वरेने दारूच्या दुकानाच्या आसपास जात आणि व्याख्यानातील त्यांना जे जे आठवत असेल ते ते लिहून काढत. ही टिपणे चर्मपत्रावर लिहून काढली जात असताना भरपूर चर्चाही होत असे. ही टिपणे सामाईक मालमत्ता होऊन एकाकडून दुसऱ्याकडे अभ्यासासाठी दिली जात. वर्गात ज्या विषयांवर व्याख्याने झालेली असतील त्याबद्दलची चर्चा करण्यासाठी विद्यार्थी दुपारनंतर आणि आठवड्याच्या अखेरीस एकत्र येत. या चर्चा म्हणजे औपचारिक स्वरूपाचे वादविवाद असत. या वादविवादात त्यांना तर्कशास्त्राचे जे शिक्षण मिळालेले असे त्यांचा ते उपयोग करीत. त्याचे धडे ते एकप्रकारे गिरवत असत. बऱ्याचवेळा खऱ्या अभ्यासापेक्षा वादविवादातील कौशल्याला अधिक महत्त्व दिले जाई. वादविवादांमुळे अनेक मुद्यांबाबतचे शंकानिरसन होते असे रॉबर्ट दी झोरबॉनचे मत होते. जेव्हा विद्यार्थ्यांना त्यांच्या प्रबंधांचे समर्थन करावे लागे त्या वेळी या चर्चांचा फायदा त्यांच्या लक्षात येई. कारण असंख्य वादविवादांमधून त्यांची एकप्रकारे मानसिक तयारी होत असे.

विद्यापीठांच्या आरंभीच्या काळात काही बाबतीत विद्यार्थ्यांना मोकळीकही होती. त्यांनी वर्गात नियमितपणे उपस्थित असावे असे त्यांच्यावर बंधन नव्हते. ठराविक कालावधीनंतर त्यांनी परीक्षेस सामोरे गेले पाहिजे, असेही बंधन त्यांच्यावर नव्हते. विद्यार्थ्याने परीक्षेसाठी तयारी दर्शविल्यानंतर त्याची तोंडी परीक्षा घेतली जाई. काही विवेकी विद्यार्थी असत. त्यांचा वर्षभर अभ्यास चाले. बरेचसे विद्यार्थी मात्र इतर उद्योगात असत. काही विद्यार्थी एकमेकांशी लढण्यास सतत तयार असत. मात्र नागरिकांच्या

विरोधात ते सर्व एकत्र होत. प्रसंगी विद्यार्थी आणि नागरिक यांच्यामधील दंगलींना उग्र रूप प्राप्त होत असे. प्राथमिक शाळांमध्ये उपद्रव देणाऱ्या विद्यार्थ्यांना चाबकाचा, छडीचा मार दिला जाई, तसा काही प्रकार विद्यापीठाच्या शिस्तीत नव्हता. विद्यापीठांनी त्यांच्या विद्यार्थ्यांसाठी, निधर्मी न्यायालयांच्या कार्यक्षेत्रापासून, मोकळीक मिळविलेली होती. जर एखादा विद्यार्थी गंभीर अडचणीत सापडलेला असेल किंवा तो त्याच्या कामास वैतागलेला असेल तर तो दुसऱ्या विद्यापीठात जाऊ शकत असे. सर्वत्र मूलभूत अभ्यासक्रम आणि पाठ्यपुस्तके सारखीच असल्यामुळे वेळ वाया जात नव्हता. पॅरिस विद्यापीठातील प्रसिद्ध प्राध्यापकाचे एखादे पुस्तक विकत घेण्यापेक्षा त्याचे व्याख्यान ऐकण्यासाठी ऑक्सफर्डहून पॅरिसला जाणे हे कमी खर्चाचे आणि नेहमीच फायद्याचे ठरे.

विद्यार्थ्यांची प्रगती

या चित्रात शालेय मुलगा त्याचे दप्तर बरोबर घेऊन येत आहे. त्यास निकोस्ट्राटाकडून - निकोस्ट्राटा हे कलाविषयांच्या देवतेचे लॅटिन नाव आहे, तिने ग्रीक मुळाक्षरे लॅटिनमध्ये आणली - मुळाक्षरांचे पुस्तक वा अभ्यासाचे प्राथमिक पुस्तक दिले जात आहे. ती देवता त्या विद्यार्थ्यास, कलाविषयांमध्ये सुसंवादित्व असलेल्या ज्ञानमंदिराची किल्ली देऊन प्रवेश देते. या चित्रातील प्रत्येक मजल्यावरील प्रत्येक खोली ही कला आणि शास्त्र शाखेच्या विशिष्ट विषयास दिलेली आहे. तळामध्ये कलाशाखेची पहिली पदवी धारण केलेल्या आणि हाती बर्च वृक्षापासून तयार केलेली छडी असलेल्या शिक्षकाकडे विद्यार्थी डोनाटसच्या अभ्यासास प्रारंभ करीत आहे. त्यानंतर तो पहिला मजल्यावर प्रिस्किअनच्या अभ्यासाकडे जातो. त्यानंतर तो तीन पदरी आणि चार पदरी ज्ञानमार्गाच्या अभ्यासविषयांकडे वळतो. यातील प्रत्येक विषय हा प्रमुख प्रतिपादकाच्या रूपाने दाखविलेला आहे. दुसऱ्या मजल्यावर डावीकडून उजवीकडे तर्कशास्त्रासाठी ॲरिस्टॉटल, लेखन आणि वक्तृत्व संपन्न करणाऱ्या कला-विषयासाठी (रेटरिक) सिसेरो आणि अंकगणितासाठी बोएथिअस दाखविलेले आहेत. तिसऱ्या मजल्यावर पायथॅगोरास, युक्लिड आणि टॉलेमी हे अनुक्रमे संगीत, भूमिती आणि खगोलशास्त्र या विषयांसाठी दर्शविलेले आहेत. चौथ्या मजल्यावर भौतिक शास्त्रासाठी मोरील जे.बी च्या पुस्तकात प्लेटोचे नाव आहे तर रैट आर.एस.च्या पुस्तकात प्लिनीचे नाव आहे. सेनेका नीतिशास्त्राचा प्रतिपादक म्हणून आहे. या संपूर्ण रचनेवर पीटर लॉंबर्ड अध्यक्ष म्हणून दाखविलेला आहे; तो सत्ताशास्त्र आणि धर्मशास्त्र (सर्व शास्त्रांची राणी) या विषयांचे प्रतीक आहे.

- रॉबर्ट एस्.रैट यांच्या पुस्तकातून, पृ. २

TYPVS GRAMATICE
Theologia
Logica
poesis
NICOST
RATA
TRICLINIVM PHILOSOPHIE

या चित्रातून मन मुक्त करणारे सात कलाविषय आणि तत्त्वज्ञान यांचे दर्शन घडवलेले आहे. तीन शिरे असलेल्या प्रभावशाली स्त्रीकडून त्याचे नियमन होते. ही तीन शिरे नैसर्गिक, बुद्धिप्रामाण्यवादी आणि नैतिक तत्त्वज्ञानाचे प्रतीक आहेत. हे असद्धर्द्वी ज्ञानी म्हणजे ॲरिस्टॉल आणि सेनेका आणि ते अनुक्रमे नैसर्गिक आणि नैतिक तत्त्वज्ञान साकारतात. या चित्रात धर्मशास्त्र - येथे दैवी तत्त्वज्ञान - सर्वोच्च स्थानी दाखविलेले आहे आणि ख्रिस्ती आचार्य त्याची सहृदयतेने प्रशंसा करताना दिसत आहेत.

- ॲन्थॉनी ग्राफ्टन यांच्या पुस्तकातून पृ. १५

९४ । युरोपातील आरंभीच्या विद्यापीठांचा उदय

परिशिष्ट

"मध्ययुगीन (इ.स. ५०० ते १०००) युरोपातील शिक्षणाचे स्वरूप"

(विशेष संदर्भ : मन मुक्त करणारे सात कलाविषय - 'सेव्हन लिबरल आर्ट्स')

मध्ययुगातील शिक्षणाचा आशय त्याच्या अगोदरच्या कालखंडातील किंवा पुढील कालखंडातील शैक्षणिक आशयाशी ताडून पाहता असमाधानकारक वाटतो. मध्ययुगात प्राचीनांचे जे ज्ञान होते ते प्राचीन ज्ञानाच्या स्वरूपापेक्षा वेगळे होते; प्राचीनांचे बरेचसे ज्ञान लोप पावलेले होते. प्रामुख्याने इ.स. ५ व्या शतकातील काही विद्वान मंडळीनी अगदीच संक्षिप्त स्वरूपात असलेल्या प्राचीनांच्या ज्ञानाचे संघटन केले; ज्यास मन मुक्त करणारे सात विषय म्हटले जाऊ लागले.

मन मुक्त करणाऱ्या सात कलांविषयासंबंधी विचार मांडणारे मध्ययुगातील विचारवंत :

रोमन प्रजासत्ताकाच्या शेवटच्या शतकामधील रोमनांपैकी सर्वात विद्वान अशी व्हॅरोची (११६-२७ इ.स.पूर्व) ख्याती होती. ज्यूलिअस सीझरने रोममधील पहिल्या सार्वजनिक ग्रंथालयाची योजना आखली आणि ती प्रत्यक्षात आणण्यासाठी त्याने व्हॅरोची नेमणूक केली. तथापि सीझरच्या मृत्यूमुळे ही योजना प्रत्यक्षात साकारली गेली नाही व्हॅरोने मन मुक्त करणाऱ्या नऊ कलांविषयी विस्तृत वर्णन केलेले आहे. हे नऊ कलाविषय म्हणजे : व्याकरण, तर्कशास्त्र, लेखन आणि वक्तृत्व संपन्न करणारी कला, भूमिती, अंकगणित, खगोलशास्त्र, संगीत, वैद्यकशास्त्र आणि स्थापत्यशास्त्र. हे नऊ विषय मध्ययुगीन शिक्षणाचे आधार-विषय असावयास पाहिजे होते. तथापि रोमच्या साम्राज्यातच पहिले तीन विषय वगळता बाकी सर्व विषय शैक्षणिक कार्यक्रमामध्ये राहिले नाहीत. क्विन्टिलिअनने त्याच्या शिक्षणावरील पुस्तिकेत मन मुक्त करणाऱ्या कलाविषयांच्या

अभ्यासामधून तर्कविद्याशास्त्र आणि अंकगणित या विषयांना वगळले. सेंट ऑगस्टीन (इ.स. ३५४-४३०) त्याच्या आयुष्याच्या मध्यापर्यंत लेखन आणि वक्तृत्व संपन्न करणारी कला आणि वक्तृत्वशैली (ऑरटरि) या विषयांचा शिक्षक होता. त्याने मन मुक्त करणाऱ्या सात कलाविषयांच्या ज्ञानकोशाच्या कार्यास आरंभ केलेला होता. यातील काही विषयांवरील भागांच्या प्रस्तावना पूर्ण केलेल्या होत्या. त्याची तर्कविद्याशास्त्रावरील पुस्तिका ही त्याची स्वतःची असली पाहिजे किंवा ती ॲरिस्टॉटलच्या पुस्तिकेचा संक्षेप असली पाहिजे. या पुस्तिकेचा उत्तर-मध्ययुगात मोठा प्रभाव पडला. सेंट ऑगस्टीनच्या उत्तर काळात त्याचे अभिजात ज्ञानाबद्दलचे समर्थन बरेच मर्यादित झालेले होते; त्याने अभिजात ज्ञानाच्या उपयोगास नापसंती दर्शविली. कार्थेजच्या धार्मिक सभेने (सिनड) तत्त्वज्ञान आणि साहित्याच्या अभ्यासास जो प्रतिबंध केला त्यास सेंट ऑगस्टीन व्यक्तिशः जबाबदार होता असे म्हटले जाते.

मार्टिआनुस कपेला :

कपेलाने व्हॅरोचे वर्गीकरण घेतले. त्याने इ.स. ४१० ते ४२७ या काळात शिक्षणाविषयीचा ज्ञानकोश लिहिला : मर्क्युरि (रोमन पुराणातील देवांचा दूत) बरोबरील भाषारचनाशास्त्राचा विवाह ('डे नूप्टिस फिलॉलॉजिए एट मर्क्युरि') यात आठ प्रकरणे असून पहिल्या दोन प्रकरणांसाठीच कोशाचे नाव सुसंगत आहे. पहिली दोन प्रकरणे ही रूपकात्मक असून त्यात वरवर जो अर्थ दिसतो त्यापेक्षा अधिक खोल अर्थ असावा असे समजले जात असावे. मर्क्युरि विवाहाची इच्छा करतो आणि शहाणपण (विझ्डम) या वधूची तो निवड करतो. परंतु शहाणपण तिची बहीण मिनर्व्ह प्रमाणे (रोमन देवता) कुमारिका राहण्याचे ठरविते. त्यामुळे शहाणपण आत्म्याशी ('सायका') बोलते. तथापि सद्गुण (व्हर्च्यु) तीस सांगतो की आत्मा ही व्हीनसचा मुलगा 'क्यूपीड' बरोबर अगोदरच बंधनात गेलेली आहे. शेवटी मर्क्युरी ॲपोलोच्या सांगण्यावरून विद्वत्तेची (एरूडिशनं) मुलगी भाषा रचनाशास्त्र (फिलॉलजी) हिच्याशी विवाह करण्यास तयार होतो. शेवही जूपिटच्या उपस्थितीमध्ये विवाह संपन्न होतो. पुढील प्रकरणांमध्ये सात करवल्यांना म्हणजे मन मुक्त करणाऱ्या सात कला-विषयांना सादर केले जाते. तिसऱ्या प्रकरणात व्याकरणकला, चौथ्यात तर्कविद्याशास्त्र, पाचव्यात लेखन आणि वक्तृत्व संपन्न करणारी कला, सहाव्यात भूमिती, सातव्यात अंकगणित, आठव्यात खगोलशास्त्र आणि नवव्यात संगीत या क्रमाने समारंभातील सभेला प्रत्येक कला-विषयाचे वैशिष्ट्य विशद केले जाते. हा ज्ञानकोश आरंभीच्या मध्ययुगामध्ये शाळांमधून प्रमुख पाठ्यपुस्तक म्हणून राहिला. कपेलाने, व्हॅरोने दिलेला कलाविषयांचा क्रम आणि त्याबाबतची व्यवस्था अनुसरली.

मात्र कपेलाने ऑगस्टीनच्या यादीतील 'तत्त्वज्ञान' या विषयाऐवजी 'खगोलशास्त्राचा' अंतर्भाव केला. व्हॅरोच्या नऊ विषयांमधून वैद्यकशास्त्र आणि वास्तुरचनाशास्त्र हे दोन विषय वगळून मन मुक्त करणारे सात विषय ठेवले. मात्र कपेलाने आपल्या यादीत ऑगस्टीनच्या यादीतील तत्त्वज्ञान या विषयाऐवजी, खगोलशास्त्र या विषयाचा अंतर्भाव केला. या व्यवस्थेमधून नंतरच्या शतकांमध्ये तीनपदरी ज्ञानमार्गाचा गट ('ट्रिव्हिअम') आणि चारपदरी ज्ञानमार्गाचा गट ('क्वाड्रिव्हिअम') असे दोन गट निर्माण झाले. मन मुक्त करणाऱ्या या विषयांना कलेतही स्थान मिळाले : हस्तलिखितांमधील स्पष्टीकरणात, चारत्रेज आणि लाओन येथील द्वारमंडपातील दगडात, काचेवरील रंगीत नक्षीकामात आणि 'व्हिला लेमी' येथील बॉटिचेलीच्या ओलसर गिलाव्यावर काढलेला रंगीत चित्रांमध्ये. चारत्रेज, टुर्स, पॅरिस, रौएन, लीग आणि उट्रेक्ट यापैकी काही ठिकाणच्या कॅथीड्रल्सच्या इमारतीच्या पुढील भागावर मन मुक्त करणारे सात कलाविषय प्रतिकात्मक स्वरूपात शिल्पाकृतींमध्ये दाखविलेले आहेत. उदा. पॅरिस येथील नोत्रदामवर तीन पदरी ज्ञानमार्गाच्या गटात व्याकरण विषयासाठी छडीबरोबर असलेली एक वृद्धा, तर्कविद्याशास्त्रासाठी शहाणपणाचा सर्प, लेखन आणि वक्तृत्व संपन्न करणाऱ्या कलेसाठी दगडी फळीवर कोरलेले काव्य, दाखविलेले आहे. चारपदरी ज्ञानमार्गाचा गट : यात तिच्या बोटांवर चाललेल्या मोजणीच्या द्वारा अंकगणित; कम्पासांद्वारा भूमिती; वेधयंत्राद्वारे खगोलशास्त्र आणि हातोड्याने होणाऱ्या घंटानादाद्वारे संगीत दाखविलेले आहे.

मन मुक्त करणाऱ्या कलाविषयांबाबतचे कपेलाचे हे रूपकात्मक वर्णन १२०० वर्षांपेक्षाही अधिक काळ एक प्रकारे मुलांचे मैत्रीपूर्ण पुस्तक म्हणून राहिले. इ.स. १०००च्या आसपास त्याचा जर्मन भाषेत अनुवाद झाला; इ.स. १६ व्या शतकात ते आठ वेळा प्रसिद्ध झाले आणि इ.स. १६७०च्या आसपास ते तरुण लायब्निझलाही आवडले.

कलाविषयांचा वारसा हा प्राचीन ग्रीकांच्याकडून संकल्पनात्मक स्वरूपात आला. ग्रीकांमध्ये ते गोलाकार पद्धतीचे शिक्षण किंवा ३६०° (अंशातील) शिक्षण म्हणून ओळखले जाई. इ.स.पू. दुसऱ्या शतकात रोमनांनी त्याचा पूर्ण स्वरूपात स्वीकार केला आणि ते 'आर्टेस लिबरालेस' म्हणजे स्वतंत्र माणसाच्या कला म्हणून मान्य पावले.

बोएथिअस (सुमारे इ.स. ४८०-५२४) हा ऑस्ट्रोगोथिक राजा थिओडोरिक याच्या सेवेमध्ये होता आणि तो कॅसिओडोरसचा सहकारी होता. प्राचीन ज्ञानाच्या ठेव्याचे जे बरेचसे नुकसान होत होते त्याबद्दल त्याला कॅसिओडोरसप्रमाणे भीतियुक्त काळजी वाटत होती; त्यामुळे त्यास प्रतिबंध करण्यासाठी जे शक्य असेल ते सर्व काही करण्याची त्याची तीव्र इच्छा होती. ग्रीक भाषेबद्दलचे ज्ञान झपाट्याने गमावत असलेल्या पिढीमध्ये,

त्याच्याकडे असलेल्या ग्रीक ज्ञानाबद्दल, त्याचा नावलौकिक झालेला होता. त्याला ॲरिस्टॉटल आणि प्लेटो ग्रीकमधून लॅटिनमध्ये आणावयाचे होते. मात्र तो ॲरिस्टॉटलच्या तर्कशास्त्रावरील ग्रंथाचा काही भागच अनुवादित करू शकला. ॲरिस्टॉटलच्या 'कॅटेगरीज' साठी असलेल्या नवप्लेटोवादी पॉर्फिरीच्या प्रस्तावनेचाही त्याने लॅटिन अनुवाद केला आणि त्याने त्यास स्वतःचे भाष्यही जोडले. हे करत असताना सुद्धा त्याने पश्चिमेमध्ये ॲरिस्टॉटलबद्दल सहा शतके जी काही माहिती होती त्यामध्ये भर घातली.

पश्चिमेमध्ये अरबांच्या गणिताची प्रस्तावना होईपर्यंत तेथे अंकगणित आणि भूमितीविषयी जे काही माहीत होते ते सर्व त्याने त्याच्या या विषयांवरील ग्रंथांमध्ये अंतर्भूत केले. संगीतावरील त्याचा ग्रंथ प्रमाण मानला जात होता; अगदी १८ व्या शतकापर्यंत ऑक्सफर्डमध्ये ते पाठ्यपुस्तक म्हणून होते. बोएथिअसने ॲरिस्टॉटलचे तर्कशास्त्र, निकोमाकसचे अंकगणित, युक्लिडची भूमिती, ॲरिस्टॉटलचे यंत्रशास्त्र, पायथॅगोरासची संगीताबद्दलची सैद्धान्तिक मांडणी आणि टॉलेमीचे खगोलशास्त्र यांचे अंशतः जतन करून मध्ययुगीन विद्यार्थ्यांना उपलब्ध करून दिले.

बोएथिअस हा परंपरानिष्ठ ख्रिस्ती विचारवंत होता. त्याच्या पिढीला प्रामुख्याने ज्या पाखंडी मतांच्या पुस्तिकांनी अस्वस्थ केलेले होते त्यास त्याने त्याच्या नैतिक विषयांवरील पुस्तिकांमधून प्रत्युत्तर दिले. एका बाजूस श्रद्धा मान्य करताना ती अधिक परिणामकारक करण्यासाठी बुद्धीचा उपयोग करण्यास त्याचा विरोध नव्हता. किंबहुना यासाठी ॲरिस्टॉटलच्या तर्कशास्त्राचा उपयोग करणरा तो स्वतः पहिला स्कोलॅस्टिक होय. त्याने ॲरिस्टॉटलवरील त्याच्या भाष्यांमधून नंतरच्या 'स्कूलमेन'ना - स्कोलॅस्टिक तत्त्ववेत्त्यांना - म्हणजेच मध्ययुगातील विद्येच्या पीठातील पंडितांना लॅटिनमध्ये तात्त्विक शब्दसंग्रह दिला; त्याबरोबरच त्याने एक कार्यपद्धती आणि शक्य असेल तर श्रद्धा आणि बुद्धी यामध्ये सुसंगती साधण्याबाबतची दृष्टी दिली.

राजा थिओडोरिक याने बोएथिअसला मृत्यूची शिक्षा सांगितली. बोएथिअसने तुरुंगामध्ये 'कॉन्सलेशन ऑफ फिलॉसफि' (तत्त्वज्ञानाचे समाधान) हा ग्रंथ लिहिला. तात्त्विक पुस्तकांमध्ये हा ग्रंथ लोकप्रिय राहिला; बोएथिअस या ग्रंथासाठी अधिक चांगला ओळखला जातो. त्याच्या या ग्रंथाचा युरोपातील सर्व देशी भाषांमध्ये अनुवाद झाला. आल्फ्रेड दि ग्रेट आणि चॉसर या दोघांनीही त्याचा अनुवाद केला; आजही हा ग्रंथ वाचला जातो.

कॅसिओडोरस (इ.स. ४९०-५८५) याने आरंभीच्या चार गोथिक राजांचा प्रधानमंत्री म्हणून काम पाहिले. त्याने एका बाजूला गोथिक राजांना लॅटिन संस्कृती समजावून सांगण्याचे तर दुसऱ्या बाजूला रोमन प्रजेला गोथिक राजांचे म्हणणे समजावून

सांगण्याचे काम केले. त्याने त्याच्या आयुष्याचा उत्तर काळ स्वतः स्थापन केलेल्या अपुलिआतील स्किलास मठात घालविला. या मठास त्याने 'व्हाइव्हेअरिअम्' (जमिनीवरील माशांचा तलाव) असे नाव दिले. येथे त्याने मठवासीयांसाठी भाष्ये, पाठ्यपुस्तके आणि मन मुक्त सात करणाऱ्या कलाविषयांचे विवरण करणाऱ्या पुस्तिका लिहिल्या.

मठवासीयांनी अभ्यास केला पाहिजे यावर त्याने भर दिला; त्याने त्यांना अभिजात साहित्याच्या अभ्यासाकडेही लक्ष देण्यास सांगितले. ज्यांना ग्रंथवाचनाची गोडी नसेल त्यांनी शेतीकडे जावे आणि तेथेही कॅटो आणि कोलूमेल्ला आणि इतर लेखकांचे शेतीवरील लिखाणाचे वाचन करावे. त्याने त्याच्या संपत्तीचा बराचसा भाग हस्तलिखितांचा संग्रह करणे आणि मठाच्या कार्याचा एक भाग म्हणून हस्तलिखितांच्या नक्कल-प्रती करण्याच्या कामी सत्कारणी लावला. त्याने इटली आणि उत्तर आफ्रिकेमधून ग्रीक आणि लॅटिन हस्तलिखिते गोळा केली. हस्तलिखितांचा त्याचा हा संग्रह मोठा व्यापक आणि वैविध्यपूर्ण होता. तो असे म्हणतो : ''सर्व कामांपैकी जी कामे श्रमाने पूर्ण केली जातील त्यापैकी नक्कलकारांच्या कामाइतका आनंद मला अन्य दुसऱ्या कोणत्याही कामाने होत नाही - जर ते बिनचूक नक्कल-प्रत तयार करतील तर.''

रोमन साम्राज्य लयास गेल्यानंतर कमीत कमी आल्प्सच्या उत्तरेकडे शिक्षणाची मक्तेदारी चर्चकडे आली. सर्व शिक्षण लॅटिनमध्ये होते. हे शिक्षण डोनाटस आणि प्रिस्किअनच्या व्याकरण, लेखन आणि वक्तृत्व संपन्न करणारी कला, छंदशास्त्र, वक्तृत्व, रचना (लेख, निबंध आणि काव्य इ.) आणि साहित्य या विषयांवरील पुस्तिका आणि पाठ्यपुस्तकांमध्ये रचनाबद्ध करण्यात आलेले होते. डोनाटस हा सर्व लॅटिन लेखकांमधील अत्यंत महत्त्वाचा आणि प्रभावी लेखक होता. इ.स. ४ व्या शतकामध्ये तो रोमचा प्रमुख वैयाकरणी होता अशी माहिती आपणास सेंट जेरॉमकडून मिळते. डोनाटसने व्हर्जिल आणि टेरेन्सवर भाष्ये लिहिली. अधिक महत्त्वाचे म्हणजे त्याने एक चांगले मोठे आणि एक अगदी त्रोटक असे लॅटिन व्याकरण लिहिले. त्याचे लिखाण उत्तम ग्रीक आणि लॅटिन साधनांवर आधारलेले होते.

इ. स. ११ व्या शतकात एका बेनेडिक्टी मठवासीयाने नापसंती दर्शविताना म्हटले होते; ''डोनाटसच्या नियमांबरोबरील तुलनेत मठवासींनी बेनेडिक्टच्या नियमांसाठी अगदीच कमी आस्था दर्शविली.'' इ.स. १२ व्या शतकात कॅन्टरबरीच्या चर्चच्या ग्रंथालयात डोनाटसचा अनुवाद असलेले एकमेव ग्रीक पुस्तक होते. इ.स. १५ व्या शतकात छपाईची कला आल्यानंतर इ.स. १४७२ आणि इ.स. १४७६ या काळात टेरेन्सवरील त्याच्या भाष्याच्या चार आवृत्त्या निघाल्या. डोनाटसच्या स्वतःच्या पुस्तकांपेक्षा

कमी महत्त्वाची नसलेली, डोनाटसच्या पुस्तकांवरील भाष्ये ही इ.स. ५ व्या शतकापासून ते १५ व्या शतकापर्यंतच्या प्रत्येक शतकामध्ये मोठ्या संख्येने आलेली आढळतात. सेन्ट बोनिफेसने व्याकरण आणि छंदशास्त्रावरील त्याची स्वतःची दोन पुस्तके डोनाटसच्या पुस्तकांना आधारून लिहिली. अंतिमतः डोनाटस हे नाव सामान्य नाम झाले. प्रथम ते व्याकरणाचे पुस्तक म्हणून समजले जात होते. उदा. इ.स. १३ व्या शतकामध्ये एका इंग्रजाने ग्रीक व्याकरणाचे पुस्तक लिहिले. त्यास त्याने 'डोनाटस ग्रीकोरम' म्हटले. पुढे कोलेट, लॅटिन भाषणांच्या काही विशेष प्रस्तावनांना, 'डोनाटेस' म्हणतो. इ.स. १३८६ मध्ये स्थापन झालेल्या विन्चेस्टर कॉलेजच्या कायद्यात लॅटिन व्याकरणास अधिकृतपणे 'ॲन्टिकस डोनाटस' म्हटलेले आहे. त्यावेळी या शब्दाचा अर्थ कोणत्याही विषयावरील प्रस्तावना पुस्तिका असा समजला जाई. त्यामुळेच आपणास इंग्रज बिशप 'ख्रिस्ती धर्मातील डोनाट' असे लिहिताना आढळतो. शेवटी ते लोकप्रिय भाषणांमध्ये पाठ ('लेसन') म्हणून आले; याच अर्थाने चॉसरने त्याचा उपयोग केलेला आहे.

सेव्हिलेचा इझिडोर :

इझिडोर हा इ.स. ६०० ते ६३६ या काळा सेव्हिलेचा बिशप होता. मध्ययुगातील ज्ञानाचा तो वैशिष्ट्यपूर्ण प्रतिनिधी ठरतो. त्याने त्याच्या मठवासी आणि धर्मगुरूंसाठी 'एटिमॉलॉजिए सिव्ह ओरिजिनेस' या नावाच्या ज्ञानकोशाची निर्मिती केली. जे माहीत असावयास हवे त्या सर्व ज्ञानाचा सारांश देण्याचा त्याचा उद्देश होता. या ज्ञानकोशातील माहितीचे स्वरूप पाहता त्यावरून त्या काळातील ज्ञानाबद्दलची कल्पना येते. यातील प्रकरणे अशाप्रमाणे : प्रकरण १ ते ३ : मन मुक्त करणारे कला-विषय; प्रकरण ४ : वैद्यकशास्त्र आणि ग्रंथालये; प्रकरण ५ : कायदा आणि कालगणनाशास्त्र किंवा कालानुक्रमे घटनांचा तक्ता; प्रकरण ६ : बायबलातील खंडांविषयी; प्रकरण ७ : स्वर्गीय आणि पृथ्वीवरील स्तरयुक्त रचना; प्रकरण ८ : चर्च आणि ६८ संप्रदाय; प्रकरण ९ : भाषा, लोक इ.; प्रकरण १०: व्युत्पत्तीशास्त्र; प्रकरण ११: मनुष्य; प्रकरण १२ : प्राणी आणि पक्षी; प्रकरण १३ : जग आणि त्याचे भाग; प्रकरण १४ : स्वाभाविक भूगोल; प्रकरण १५ : राजकीय भूगोल; प्रकरण १६ : दगड आणि धातू; प्रकरण १७ : कृषी आणि उद्यानविद्या, बागाईत कामाचे शास्त्र व कला; प्रकरण १८ : युद्धाविषयीचा शब्दसंग्रह, खटले, सार्वजनिक खेळ; प्रकरण १९ : जहाजे, घरे, पोषाख, वैयक्तिक भूषणे (अलंकार); प्रकरण २० : मांस आणि मद्य, साधने आणि लाकडी वस्तू.

त्या काळात ज्यास ज्ञान म्हणून समजले जात होते त्याची ही व्यापक चौकट होय. मात्र हे ही लक्षात ठेवले पाहिजे की यातील अनेक भाग म्हणजे नावांच्या याद्यांपेक्षा थोडे

अधिक काही; यातील अनेक भाग माहितीच्या सटर-फटर गोष्टींनी किंवा चुकांनी भरलेले आहे. यातील बराचसा आशय हा प्राचीन लेखकांच्या ग्रंथांमधून घेतलेला आहे; ही माहिती नवीन नाही. हा ज्ञानकोश पुढील पाच शतके उपयोगात राहिला. मध्ययुगातील ज्ञानाबद्दलची कल्पना यातून चांगलीच येते. ज्ञानकोशाच्या नावामधून 'एटिमॉलॉजिज्' - ज्ञानकोशाची कळ कळते. इझिडोरला असे वाटत होते की वस्तूचे सार त्याच्या नामात आढळते. त्यामुळे शब्दांचे मूळ किंवा व्युत्पत्ती आणि नामाचा अर्थ कळला की वस्तू लक्षात ठेवणे आणि त्या समजणे शक्य होते. म्हणूनच त्याच्या ज्ञानकोशात एकामागून एक येणाऱ्या व्याख्यांच्या पृथक्करणाचे स्वरूप आढळते; या व्याख्या अनेकदा कल्पनारम्य व्युत्पत्तींवर आधारित असतात. पुढील उदाहरणाने ही गोष्ट स्पष्ट होईल : ''त्रास होत असल्यामुळे रात्र म्हणून चुकीने संबोधिले जाते; कारण तिने डोळ्यांना त्रास होतो. तिला चंद्राचा आणि ताऱ्यांचा प्रकाश असल्यामुळे ती सुशोभित नसणे असे असू शकत नाही. आणि जे सर्व रात्री काम करतात त्यांचे समाधान होऊ शकते; त्याशिवाय जे सजीव सूर्यप्रकाश सहन करू शकत नाहीत त्यांच्यासाठी प्रकाश पुरेसा सौम्य केलेला असू शकतो...''

इझिडोरने केवळ अगोदरच्या ग्रंथांमधील उतारे एकत्र केले. असे करत असताना त्यात अनेक वेळा परस्परांशी स्पष्टपणे विरोधी ठरणारी विधाने स्वीकारलेली आहेत. त्याने अधून-मधून जे काही पुन्हा पुन्हा सांगितलेले आहे ते त्यास अगदीच समजलेले नाही असे दिसते. पुस्तकाचा आराखडा तयार करताना त्याने मोठ्या प्रमाणावर कॅसिओडोरसला अनुसरले. मन मुक्त करणाऱ्या सात कलाविषयांचे वर्णन त्याने प्रथम केलेले आहे आणि त्यानंतर तो वैद्यकशास्त्र, कायदा, धर्मशास्त्र, नैसर्गिक शास्त्रे आणि इतर विषय यांची माहिती देतो; हे विषय त्याने विस्कळीत रीतीने हाताळले आहेत. यातील बऱ्याच ठिकाणी असलेला मजकूर हास्यास्पद वाटतो. असे असले तरी आपण हे लक्षात ठेवले पाहिजे की अत्यंत अज्ञानी अशा जगात तो काही माहिती देऊ इच्छित आहे.

शार्लमेन आणि त्याचा साहाय्यक आल्चुइन यांची शिक्षणाबाबतची कामगिरी :

ऑक्सफर्ड शब्दकोशामध्ये मध्ययुगातील बौद्धिक अंधार दर्शविण्यासाठी मध्ययुगास 'डार्क एजेस' (अंधारयुग) संबोधिले गेले. इतिहासकारांनी या नव्या युगाच्या पहाटेचा कालावधी हा इ.स. १४५० पासून मागे म्हणजे इ.स. १०५० पर्यंत आणि काहींनी आणखी मागे म्हणजे इ.स. ८०० पर्यंत नेला. असे असले तरी काही मठांचा अपवाद वगळता ७ व्या आणि ८ व्या शतकांमध्ये पिरनिज्, आल्प्स, ऱ्हाईन आणि पश्चिम समुद्र या क्षेत्रात शैक्षणिक आणि साहित्यिक उपक्रम जवळ जवळ आढळतच नाहीत. सार्वजनिक

शाळांचे अस्तित्व फार पूर्वीच संपुष्टात आलेले होते. मुळाक्षरांचा अभ्यास फक्त मठांमध्ये आणि काही बिशपांच्या घरी होत होता. टुर्सचा ग्रेगरी (इ.स. ५३८-९४) याने मोठ्या प्रमाणावर इतिहास लेखन केलेले असले तरी त्याचे लिखाण बऱ्याचदा व्याकरणशुद्ध नसते आणि ते संस्कारहीन असते; तसेच तो त्याच्या झालेल्या चुकांबद्दल क्षमा मागतो. कॅसिओडोरसचा समकालीन (सुमारे इ.स. ४९०-५८३) असलेल्या सेंट बेनेडिक्टची भाषा त्याचा अभिजात व्याकरणाशी संबंध राहिलेला नाही असे दर्शविते. जेथे कोठे प्राथमिक शिक्षण होते त्याचे स्वरूप अगदी वैयक्तिक पातळीवर राहिलेले होते.

या पार्श्वभूमीवर शार्लमेनने केलेल्या कायद्यांचे वेगळेपण स्पष्ट होते. एका कलमात तो स्पष्टपणे सांगतो की 'महान ज्ञानापेक्षा चांगली कार्ये निःसंशयपणे चांगली असतात, तथापि ज्ञानाशिवाय चांगले कार्य करणे हे ही अशक्य आहे' दुसऱ्या एका कलमात प्रत्येक बिशपाच्या क्षेत्रातील प्रत्येक मठामध्ये बायबलमधील पवित्र स्तोत्रे, संगीतात वापरावयाची चिन्हव्यवस्था, मंत्रघोष, काल आणि ऋतू यांची गणना, व्याकरण यासंबंधी शिक्षण दिले जावे; सर्व पुस्तके काळजीपूर्वक तपासून घेतली जावीत असे सांगितलेले आहे.

ऑर्लिअन्सचा बिशप व फ्लूरीचा मठाधिपती थिओडल्फ हा आल्चुइनचा मित्र आणि त्याचा वारस होय. त्याने हा शैक्षणिक उपक्रम खालच्या स्तरापर्यंत नेला. हे करताना त्याने धर्मगुरूंना गावांमध्ये आणि नगरांमध्ये शाळा उघडण्यास सांगितले. जे कोणी आपल्या मुलांना त्यांच्याकडे शिक्षणासाठी पाठवतील त्यांना धर्मगुरूंनी शिक्षण द्यावे; त्यांना शिक्षण नाकारू नये आणि त्यासाठी सर्व स्वरूपाची धर्मादाय मदत द्यावी. पुढे धर्मगुरूंना स्पष्टपणे असेही सांगितले की असा शैक्षणिक उपक्रम सुरू केल्यानंतर धर्मगुरूंनी विद्यार्थ्यांच्या पालकांकडून देय रकमेची मागणी करू नये आणि जर त्यांना पालकांकडून काही मिळाले तर ती पालकांनी दिलेली अगदी छोटी भेट असावी. यातून आपणास कारोलिन्गिअन साम्राज्यातील शिक्षणपद्धतीबाबतचा साधेपणा लक्षात येतो. यातून हे ही स्पष्ट होते की उच्च शिक्षण म्हणता येईल अशी गोष्ट प्रत्यक्षात येणे ही बाब किती कठीण होती. ही शिक्षणपद्धती इ.स. ८०० पासून इ.स. १००० नंतरही अस्तित्वात होती.

शार्लमेन आणि त्याच्या लगेचच्या वारसांनी केलेल्या कायद्यांमध्ये काही नवीन बाबी आढळतात. जरी हे कायदे अंशतः प्रघातावर किंवा प्राचीन हुकुमांवर आधारित असले तरी त्यातील सुस्पष्टपणा, नेमकेपणा आणि सार्वत्रिक उपयोजन यात नावीन्य होते. मात्र लवकरच त्याकडे दुर्लक्ष झालेले असले तरी, भावी कृती आणि कायद्यांसाठी, तो एक पायंडा म्हणून, एक आधार म्हणून उपयोगी ठरला. या पूर्वी जे काही प्रयत्न झालेले होते ते एखाद्या बेटासारखे होते - उदा. जर्मनीमध्ये अशी काही केंद्रे होती. मात्र कारोलिन्गियन पुनरुज्जीवन हे युरोपातून कधीच संपले नाही. कारोलिन्गिअन प्रभाव कधी

इकडे पडला, कधी तिकडे पडला; नेहमीच तो कधी या मठावर पडला तर कधी दुसऱ्या.

इ.स. ७८१ मध्ये शार्लमेनने आल्चुइनला पार्मा येथून बोलावून घेतले आणि त्याच्यावर शैक्षणिक जबाबदारी सोपविली. आल्चुइनने शिक्षणाबाबतची परिस्थिती लक्षात घेऊन त्याच्या व्याकरण, लेखन व वक्तृत्व संपन्न करणारी कला आणि तर्कविद्याशास्त्र या विषयांवरील संवादांमध्ये पारंपरिक आराखड्यातील रूपक काढून त्यास व्यावहारिक स्वरूप देण्यासाठी परिश्रम घेतले. ऑर्लिअन्सच्या थिओडल्फने मार्टिआनुस कपेलाला अनुसरले. त्याने रूपकाचा उपयोग केला मात्र त्याचबरोबर त्याने कपेला सोपा करून सांगितला. रबानुस मौरसनेही कपेलाला अनुसरले. त्याने धर्मगुरूंच्या शिक्षणावर ते लिहिलेल्या पुस्तकात ज्यांना सातही विषयांचा अभ्यास करावयाचा असेल त्यांच्यासाठी छोटे छोटे व्यावहारिक धडे दिले. शैक्षणिक आराखड्याच्या सर्व विविध बाजूंसाठी चिरप्रतिष्ठित झालेली पाठ्यपुस्तके ही वरच्या दर्जाची नमुनेदार पुस्तके होती. व्याकरणांच्या विषयासाठी प्रिस्किअन आणि डोनाटस यांचा अभ्यास केला जाई. त्यांच्या पाठ्यपुस्तकांचा उपयोग हा प्राधान्याने लॅटिनमधील गद्य आणि काव्य यांच्या वाचनासाठी आणि निबंध लेखनासाठी केला जाई. लेखन आणि वक्तृत्व संपन्न करणाऱ्या कलेच्या अभ्यासासाठी सिसेरोचे 'डि ऑरेटर' आणि क्विन्टिलिअनचे 'इन्स्टिट्यूशिओ ऑरेटोरिआ' ही पाठ्यपुस्तके म्हणून उपयोगात असत. तर्कविद्याशास्त्रासाठी पॉर्फिरीचा 'इसॅगॉग' म्हणजेच पॉर्फिरीची प्रस्तावना आणि ॲरिस्टॉटलच्या 'कॅटेगरीज' आणि 'डी इन्टरप्रिटेशन' आणि यावरील बोएथिअसचे भाष्य यांचा अभ्यास केला जाई. अंकगणितात साधा गुणाकार आणि भागाकार यांचा अभ्यास केला जाई. या अभ्यासात वरच्या पातळीवर ॲबकसचे हस्तकौशल्य प्राप्त केले जाई. ग्रीक आणि रोमन संख्यांच्या अव्यावहारिकतेमुळे ॲबकसचे हस्तकौशल्य प्राप्त करणे ही गोष्ट आवश्यक झालेली होती. यातच कालगणना शास्त्राचा अभ्यास केला जाई. कॉन्स्टन्टाइनने १५ वर्षाचे कालचक्र ही वित्तिय संज्ञा म्हणून उपयोगात आणली होती आणि कालगणनेचा एक भाग म्हणून पोपांनी तिचा स्वीकार केलेला होता. कॉन्स्टन्टाइनचे १५ वर्षांचे वित्तीय कालचक्र याप्रमाणे कालगणना करणे आणि त्याचप्रमाणे ईस्टरची तारीख काढणे आणि शेवटी सेंट ऑगस्टीन आणि इतरांनी विकसित केलेली संख्यांची रूपकात्मक अन्वयार्थ पद्धती याचाही अभ्यास केला जाई. यासाठीचा अभ्यास बेडेच्या 'लिबर डी टेम्पोरिबस' आणि 'लिबर डी रेशन टेम्पोरम' या पाठ्यपुस्तकांद्वारे केला जाई. भूमितीमध्ये युक्लिडचा काही भाग असे. औरिलॅकच्या गेर्बर्टने त्यात भर घातली. खगोलशास्त्रासाठी बेडेने भर घातलेल्या प्लिनीचा अभ्यास होई. संगीताच्या अभ्यासासाठी 'कॅन्टुस'च्या (चर्चमध्ये गायल्या जाणाऱ्या गीतांची गायन-शैली) विरोधात 'म्यूझिका' शिकविले जाई. संगीतामधील चिन्हव्यवस्थेचा विकास झाल्यानंतर ती सर्वत्र

उपयोगात येऊ लागली. शिक्षणाचा एक भाग म्हणून संगीतामध्ये आरोही किंवा अवरोही अशी स्वरमाला लिहिण्याची चिन्हपद्धती आणि याचा संख्या आणि अंकगणित आणि शेवटी वैश्विक सुसंवादित्व आणि गोलांचे संगीत-पायथॅगोरास कडून आलेला दूरचा वारसा - यांच्याशी असलेल्या संबंधांचा अभ्यास घेतला जाई. संगीताच्या अभ्यासासाठी बोएथिअस आणि बेडे यांची पाठ्यपुस्तके अभ्यासली जात. या तीन पदरी आणि चार पदरी ज्ञानमार्गाच्या विषयांच्या अभ्यासाबरोबर ज्ञानकोशांचाही उपयोग केला जाई.

आल्चुइनने मन मुक्त करणाऱ्या सात कला विषयांचे महत्त्व अधोरेखित केले. त्याने टुर्स येथे मोठे ग्रंथालय उभारण्यासाठी भरपूर परिश्रम घेतले. त्याने नक्कलकारांना इंग्लंडमध्ये पाठविले. पुस्तकांच्या नक्कल-प्रती तयार करण्यासाठी इतर मठांनाही प्रोत्साहन दिले. तो मुलांना मन मुक्तकरणारे सात कला-विषय शिकवा, त्यांचा तिरस्कार करू नका आणि त्या विषयांच्या अभ्यासापासून अधिष्ठान निर्माण करा असे सांगतो. व्याकरण आणि तत्त्वज्ञानाचे सिद्धान्त शिकल्यामुळे ज्ञानाच्या पायऱ्या वर चढत जाता येतील आणि शिखरावर पोहोचणे शक्य होईल म्हणजेच ख्रिस्ती मूलतत्त्वांबाबत परिपूर्णता येईल. आल्चुइन कॅसिओडोरसच्या लिखाणाशी परिचित होता आणि मन मुक्त करणाऱ्या सात कलाविषयांवरील त्याच्या लिखाणामध्ये त्याने कॅसिओडोरसच्या लिखाणाचा उपयोगही केला. कॅसिओडोरसला अनुसरत मन मुक्त करणाऱ्या सात कलाविषयांची ओळख ज्ञानमंदिराच्या सात स्तंभांशी करून दिली आणि त्यांच्या अभ्यासास एक प्रकारे धार्मिक मान्यताही दिली. त्याने स्वतः व्याकरण, लेखन आणि वक्तृत्व संपन्न करणारी कला, तर्कविद्याशास्त्र, अंकगणित याविषयी लिखाण केले. त्याच्या याविषयींच्या पुस्तिका प्रश्नोत्तर स्वरूपातील आहेत. पुढे कित्येक शतके या पुस्तिकांचा उपयोग होत राहिला. यातील काही पुस्तिका अगदी बालिश स्वरूपातील आहेत. अंकगणिताच्या पुस्तिकेत ५३ कठीण प्रश्न आहेत; त्यापैकी ४५ साध्या पद्धतीचे हिशेब आहेत. यातील बऱ्याच प्रश्नांबाबत गणिती संकल्पना स्पष्ट केलेल्या नाहीत. आल्चुइनने व्याकरणावर अनेक पुस्तिका लिहिल्या त्यामुळे एक विद्वान म्हणून त्याची प्रसिद्धी झालेली होती.

आल्चुइनमुळे हस्तलिखिताची नक्कल-प्रत तयार करण्याच्या तंत्रास मोठी गती मिळाली. त्याने सर्व चांगल्या पाठ्यपुस्तकांच्या उत्तम नक्कल-प्रती असण्यावर भर दिला. हस्तलिखितांच्या उत्तम प्रतीच्या नकला तयार करण्यासाठी त्याने अनेक ठिकाणी केंद्रे सुरू केली. हस्तलिखितांच्या नक्कल-प्रती तयार करण्याच्या कामी मठांनाही प्रोत्साहन दिले; या कामास ओसर न पडता ते अधिक पद्धतशीर आणि व्यापक प्रमाणावर झाले. हस्तलेखनासंबंधी खालील माहिती उपयुक्त ठरू शकते.

सर्व औपचारिक स्वरूपाच्या लेखनासाठी रोमनांनी चौरस अक्षरांचा उपयोग केलेला

होता - म्हणजे इंग्रजीमधील पहिल्या लिपीतील अक्षरे जशी मोठी असतात तशा प्रकारची अक्षरे. नंतरच्या शतकांमध्ये अक्षराच्या गोलाईला अधिक महत्त्व आले कारण अक्षरांचा तसा उपयोग करण्यात सोपेपणा होता. दरम्यानच्या काळात पूर्वेकडील जगताबरोबरचा व्यापार थांबलेला होता आणि पश्चिमी बाजारपेठेमध्ये पपाइरस - या वनस्पतीचा भूर्जपत्र म्हणून उपयोग केला जाई - येणे थांबले. परिणामी चर्मपत्राचा उपयोग करणे भाग पडले. चर्मपत्र अधिक महाग होते. परिणामी चर्मपत्राच्या पानावर अधिक अक्षरे यावीत यासाठी नक्कलकार छोट्या अक्षरांचा उपयोग करू लागले. काही अक्षरांचे वैशिष्टपूर्ण वळण राखण्यासाठी ती रेषेच्या वर घेतली गेली तर काही रेषेच्या खाली. यातून लिखाणास जे स्वरूप प्राप्त झाले त्यास 'मिनस्क्यूल' हस्तलेखन म्हणतात - लहान अक्षरे जोडून लिहिलेल्या आणि अक्षरांवरील आघात दर्शविण्यासाठी काढलेली मोठी अक्षरे अशा लेखनपद्धतीचे स्वरूप प्राप्त झाले. केवळ मोठ्या अक्षरांच्याच लेखनपद्धतीपेक्षा - 'माजस्क्यूल' - ही पद्धती वेगळी होती. इ.स. ८ व्या शतकापर्यंत लहान अक्षरांच्या लेखनपद्धतीचा अवलंब अनेक ठिकाणी होऊ लागला - आयर्लंडमधील अॅन्लोसॅक्सन, स्पेनमधील व्हिसिगॉथिक आणि दक्षिण इटली मधील बेनिव्हेन्टन.

अभ्यासकांच्या स्थलांतरामुळे लेखनपद्धतीचे हे सर्व प्रकार फ्रान्समध्ये आलेले होते. कारोलिन्गियन पुनरुज्जीवनाच्या काळात फ्रान्समध्ये सुवाच्य हस्ताक्षरात लिहिलेल्या पुस्तकांच्या मागणीत मोठी वाढ होत होती. या मागणीमधून कारोलिन्गियन काळातील अक्षर-जोड-पद्धती विकसित पावली. या पद्धतीमध्ये अक्षरांची गोलाई, त्यांचा सर्वसाधारण वेगळेपणा आणि साधेपणा स्पष्टपणे दिसून येतो. सुंदर हस्ताक्षरात लिहिलेले आणि रंगात सुशोभित केलेले - हस्तलेखन सुशोभित करण्याची पद्धती आयर्लंडमधील मठवासींनी पूर्णतेकडे नेली - हस्तलिखित हे कलेचा आणि पांडित्याचा खजिना ठरले. अप्रत्यक्षपणे, इ.स. ९व्या शतकातील ही पुस्तके पुढे नमुने म्हणून इटलीमधील छापखानेवाल्यांसाठी आदर्श ठरली; यात आश्चर्य ते काही नाही.

मठामधील ज्या खोलीमध्ये नक्कल-प्रत तयार केली जात असे तिला 'स्क्रिप्टोरिअम' म्हटले जात असे. शार्लमनेच्या मृत्यूनंतरच्या अस्थिर काळातही मठांच्या 'स्क्रिप्टोरिआंमध्ये नक्कल प्रत तयार करण्याचे काम चालूच राहिले. या स्क्रिप्टोरिआतील कार्यामुळे अनेक मठांची मोठी ग्रंथालये उभी राहिली. बोनिफेसने स्थापन केलेल्या फुल्दाच्या मठात आइनहार्डला नक्कल-प्रत तयार करण्याचे शिक्षण मिळाले. येथील मठाच्या ग्रंथालयात स्यूटोनिअस, टॅसिटस, कोलूमेल्ला, अम्मिआनुस मार्सेलिनस यांच्या हस्तलिखितांचे जतन झाले. लोर्श येथील मठाच्या ग्रंथालयातील हस्तलिखितांच्या असलेल्या अपुऱ्या यादीमध्ये ६०० हस्तलिखितांची नावे आढळतात. अशाच प्रकारे इ.स. १० व्या शतकाच्या अखेरीस

अ) रोम प्राजसत्ताक आणि साम्राज्याच्या काळातील चौरस मोठी अक्षरे

INMORTALES MORTALES SI FORET FAS FLERE,
FLERENT DIVAE CAMENAE NAEVIVM POETAM.

आ) इ.स. ५ व्या शतकातील मोठी वाटोळी 'अन्शल' अक्षरे

lingua latinorum, quae meditatione scripturarum
ceteris omnibus est facta communis

इ) इ.स. ८व्या शतकाच्या अखेरीसची कारोलिन्गिअन शैली; ही शैली पुढे चार शतकांपेक्षा अधिक काळ टिकली.

Me legat antiquas vult qui proferre loquelas;
Me qui non sequitur vult sine lege loqui.

निकोलस ओस्टलर यांच्या पुस्तकातून प्रस्तावना, पृ. XIV, XV

कारोलिन्गिअन काळातील हस्तलिखित वाचताना अगदी कमीत कमी अडचण भासे. उदा. खालील पहिले दोन शब्द : "Incipit Liber" हे आहेत.

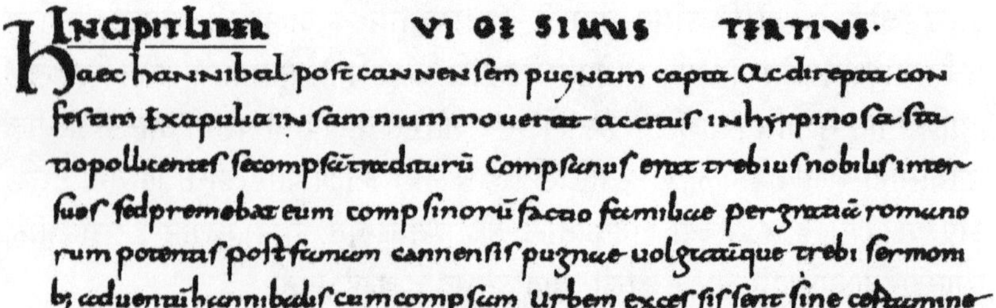

INCIPIT LIBER VI OS SIUUS TERTIUS·
Haec hannibal post cannensem pugnam capta ac direpta con
festim ex apulia in samnium mouerat acciuus in hirpinos a sta
tio pollicentes se compsam traditurum compsanus erat trebius nobilis inter
suos sed premebat eum compsinorum factio familiae per gratiam romano
rum potentis post famam cannensis pugnae uolgatumque trebi sermoni
bus aduentum hannibalis cum compsam urbem excessissent sine certamine
tradita urbs poeno praesidiumque acceptum est ibi praeda omni atque impedi
mentis relictis exercitu partito magonem regionis eius urbes aut defici
entes ab romanis accipere aut detractantes cogere ad defectionem iubet
ipse per agrum campanum mare inferum petit oppugnaturus neapolim ut
urbem maritimam haberet Ubi fines neapolitanorum intrauit nu
midas partim in insidiis et plerosque cauis sinus quo occultare quae
cum quam apte poterat disposuit alios prae se actam praedam ex agris ostent

आर. इ. लेर्नर स्टॅन्डिश मीकॅम आणि इ. एम्. बर्नस् यांच्या पुस्तकातून, पृ. २६७

हस्तलेखनकक्षात (स्क्रिप्टोरिअम) लेखनिक हस्तलिखितात तयार करीत असताना.
(जे. डब्ल्यू. थॉम्प्सन आणि इ. एन्. जॉन्सन यांच्या पुस्तकातून पृ. ६२९)

बाब्बिओ मठाच्या ग्रंथालयातील हस्तलिखितांच्या यादीत ६००-७०० हस्तलिखितांचा उल्लेख येतो. सेन्ट गाल, मॉन्टे कॅसिनो, कोलोन येथील ग्रंथालये हस्तलिखितांच्या अशाच संग्रहासाठी प्रसिद्ध होती.

आल्चुइन बरोबर लॅटिन हस्तलिखितांच्या नक्कल-प्रती तयार करण्याचा काळ सुरू होतो. यात आरंभीच्या ख्रिस्ती आचार्यांचे लिखाण आणि अभिजात ग्रंथ यांचा अंतर्भाव होतो. या प्रक्रियेमधून हस्तलिखित पुस्तकांचा संग्रह हळूहळू होत गेला. दोन शतकानंतरच्या अधिक व्यापक स्वरूपातील ज्ञानाच्या पुनरुज्जीवनामध्ये हा हस्तलिखितांचा संग्रह अमूल्य ठरला.

विद्यार्थ्यांचे शिक्षण

वयाच्या ७ व्या वर्षी शिक्षणास आरंभ होई. आरंभी विद्यार्थी मुळाक्षरे शिकत आणि यासाठी विद्यार्थ्यांना अक्षरे कोरलेली लाकडी फळी दिली जाई. मुळाक्षरे शिकल्यानंतर मोठ्या अक्षरांमध्ये लिहिलेली पवित्र गीतांची पुस्तके वाचनासाठी दिली

जात. ही पुस्तके पुन्हा पुन्हा वाचली जात. बऱ्याचदा विद्यार्थी प्रार्थना-गीतातील एकही शब्द न समजता अस्खलितपणे वाचन करण्यास शिकत. पवित्र-गीतांचे- पुस्तक वाचनानंतर वाचनासाठीचे अत्यंत आवडते पुस्तक म्हणजे कॅटोचे. कॅटो या लेखकाबद्दल माहिती नाही; परंतु तो ३ऱ्या वा ४ थ्या शतकामध्ये होता आणि त्याच्या या पुस्तकाची लोकप्रियता पुढे एक सहस्रकापेक्षाही अधिक काळ राहिली. यात एकाच यमकाच्या सारख्या चरणांच्या दोन ओळी याप्रमाणे सुमारे १५० दोहरे आहेत. यातील काही दोहऱ्यांना म्हणींचे स्वरूप प्राप्त झाले : उदा. ''आपली जीभ नियंत्रणात कशी ठेवावी हे माहीत असणे हा प्रमुख सद्गुण होय.'' -

वाचनाबरोबर लिहिण्यासाठीही शिकविले जाई. बऱ्याच वेळा शिक्षक लाकडी ठोकळ्यांमध्ये खोलवर पाडलेल्या अक्षरांचा उपयोग करीत. जोपर्यंत विद्यार्थ्याच्या हाताला अक्षरांच्या आकाराची सवय होत नाही तोपर्यंत तो ठोकळ्यामधील अक्षरांच्या रेषा लेखणीने गिरवत असे. काही वेळा लाकडी फळीवरील अक्षरे मेणाने आच्छादित केलेली असत आणि विद्यार्थी त्याचा उपयोग करी. सर्वात वर शिक्षक नमुना म्हणून अक्षरांचे वळण समजावून सांगत आणि तसे लिहून दाखवी. त्यानंतर विद्यार्थी त्याच्या हाताने अक्षरे काढी; विद्यार्थी अक्षरे काढत असताना शिक्षक त्यास मार्गदर्शन करीत. शेवटी अत्यंत सक्षम विद्यार्थ्यांना चर्मपत्रावरील लिखाणाचा, लेखणी आणि शाईच्या मदतीने सराव दिला जाई. तथापि, चर्मपत्र ही बाब खर्चिक असल्यामुळे अनेकजण या उंचीपर्यंत कधीच पोहोचू शकत नसत.

प्रार्थना-गीतांचे पाठांतर झाल्यानंतर लॅटिनच्या अभ्यासास आरंभ होई. विद्यार्थ्याला विभक्तिरूपे, धातू चालवणे, तोंडाने उच्चारवयाच्या शब्दांची यादी मुखोद्गत करावयास सांगत. शाळेमध्ये बोलताना लॅटिनमध्ये बोलणे हा नियम असे. तथापि धर्मगुरूंच्या अज्ञानावरून असे दिसते की हा नियम नेहमीच पाळला जात नसे. ज्या शाळांची ख्याती पसरलेली होती त्या शाळांमध्ये - उदा. सेंट गाल शाळा - काही अपवादात्मक विद्यार्थी वगळता, विद्यार्थी आपआपसात लॅटिनमध्ये संभाषण करीत. इ.स. ११ व्या शतकात दैनंदिन जीवनातील घटनांचा संदर्भ देणाऱ्या लॅटिन-संभाषण-पुस्तकांचे केवळ वाचन होत नसे तर ती मुखोद्गत केली जात.

ज्यास माध्यमिक शिक्षण म्हणता येईल त्यामध्ये विद्यार्थ्याचा बराचसा वेळ हा प्राधान्याने लॅटिन भाषेच्या अभ्यासासाठी दिला जाई. या सर्व अभ्यासासाठी व्याकरणाचा अभ्यास हा पाया समजला जाई. शार्लमेनच्या दरबारामध्ये एक प्रशंसनीय चित्र रंगवलेले होते. त्या चित्राचे वर्णन असे : त्या चित्रात मन-मुक्त करणारे सात-कला-विषय दर्शविलेले असून त्यात व्याकरण ही सम्राज्ञी ज्ञानवृक्षाखाली बसलेली दाखविलेली असून तिच्या

डोक्यावर राजमुकुट दाखविलेला आहे. तिच्या उजव्या हातात एक तीक्ष्ण पाते दाखविलेले आहे आणि त्याने ती चुका खोडत आहे. तिच्या डाव्या हातामध्ये चामड्याची वादी दाखविलेली आहे. ही चाबकाची वादी शाळेमध्ये व्याकरण विषयाचे प्रभुत्व असल्याचे प्रतीक समजले जात असे; कदाचित चामड्याची वादी त्या काळातील शाळेमधील शिस्तीचेही प्रतीक असावी. लॅटिन ही सर्वांसाठीच संपादन करावयाची भाषा होती. त्यामुळे विद्यार्थ्यांसाठी लॅटिन भाषेचे व्याकरण शिकणे अत्यंत आवश्यक होते. कवी आणि इतिहासकारांबाबत स्पष्टीकरण देणारी आणि बिनचूकपणे लिहिण्यास आणि बोलण्यास शिकविणारी कला अशी व्याकरणाची व्याख्या सांगितली जात असे.

अगदी १३ व्या शतकापर्यंत डोनाटस आणि प्रिस्किअन यांच्या पुस्तकांचा अभ्यास केला जाई. प्रथम डोनाटसच्या 'अर्स माइनर' या व्याकरणावरील लहान पुस्तकाचा अभ्यास केला जाई; हे प्रश्नोत्तर स्वरूपात होते. मध्ययुगाच्या आरंभी याला विद्यार्थ्यांकडून चांगली पसंती मिळाली आणि पुढेही त्याचा उपयोग होत राहिला. अगदीच थोडे विद्यार्थी या पुस्तकाचा अभ्यास पूर्ण करीत. डोनाटसच्या पुस्तकाची संक्षिप्त पुस्तके काढलेली होती; त्यांचा व्यापक प्रमाणावर उपयोग केला जाई. अर्थातच शिक्षकांना व्याकरणाचे नियम देशी भाषेमधून समजावून सांगावे लागत. पुस्तके दुर्मीळ होती; बहुतेक वेळा फक्त शिक्षकाकडेच पुस्तकाची हस्तलिखित-प्रत असे आणि त्या प्रतीवरून ते शिकवत असत. शिक्षक सांगत असत आणि विद्यार्थी अक्षरे कोरलेल्या सपाट मेणाच्या पाटीवर लिहून घेत आणि मोठ्याने म्हणून मुखोद्गत करण्याचा प्रयत्न करीत. मुले जेव्हा लेखणी आणि शाईने लिहू लागत तेव्हा ते मेणाच्या पाटीवरील मजकूर चर्मपत्रावर घेत आणि अशा पद्धतीने ते हळूहळू त्यांचे पाठ्यपुस्तक तयार करीत. डोनाटसच्या व्याकरणाच्या मोठ्या पुस्तकाच्या 'अर्स मेजर' - शेवटच्या भागात लेखन आणि वक्तृत्व संपन्न करणाऱ्या कलेविषयीची माहिती होती. सामान्यपणे या पुस्तकाचा उपयोग शाळांमध्ये केला जाई. व्याकरणावरील अधिक प्रगत पुस्तक म्हणजे प्रिस्किअनचे आणि यात अभिजात लेखकांच्या ग्रंथांमधील भरपूर उतारे दिलेले होते; यात साहित्य, इतिहास आणि पौराणिक साहित्याबद्दलची माहिती दिलेली होती. अधिक प्रगत विद्यार्थी छंदशास्त्राचा अभ्यास करीत.

त्यानंतर विद्यार्थी - जरी इ.स. ११ व्या शतकापूर्वी नसले तरी कमीत कमी यानंतरच्या काळात - इसापच्या नीतिकथा, नीतिवचने आणि म्हणींचा संग्रह लिहून घेत आणि मुखोद्गत करीत. यानंतर व्हर्जिलचे जे नेहमीचे पाठ्यपुस्तक होते ते त्याच पद्धतीने हाताळले जाई. ज्यूवेनकस सेडूलिअस यासारखे ख्रिस्ती कवी आणि विशेष म्हणजे प्रुडेन्शिअस हे सर्व मोठ्या मोठ्या प्रमाणावर वाचले जात. परंतु कवी सुद्धा प्रायः व्याकरणाच्या हेतूने

अभ्यासले जात. काही वेळा ओव्हिडला शाळांच्या अभ्यासक्रमात स्थान मिळे. इ.स. १० व्या शतकात काही प्रसिद्ध शाळांमध्ये रोमन कवींचाही अभ्यास होत असे. आल्चुइनकडून आपणास जी माहिती मिळते त्यानुसार अगदी इ.स. ८ व्या शतकातही यॉर्क येथील शाळेत रोमन कवींचा अभ्यास होत असे.

उच्च शिक्षणाच्या आरंभीच्या टप्प्यांवर अध्यापक लॅटिन लेखक देशी भाषेमध्ये समजावून सांगत; मात्र अधिक प्रगत विद्यार्थ्यांसाठी लॅटिनमधूनच स्पष्टीकरण दिले जाई. या विद्यार्थ्यांना, लॅटिन लेखक समजलेले आहेत हे दाखवून देण्यासाठी, लॅटिन गद्यात स्पष्टीकरण द्यावे लागे. यातील साध्य करावयाची प्रमुख गोष्ट म्हणजे लॅटिन भाषेवर व्यावहारिक प्रभुत्व आत्मसात करणे ही होय - साहित्य किंवा कला हे साध्य नव्हते. जसजसे विद्यार्थी अभ्यासात पुढे जात त्यानुसार त्यांना सर्वसाधारणपणे कमी उपयोगात येणाऱ्या शब्दसंग्रहाशी परिचय करून दिला जाई. अर्थात हे, सर्व शाळांमध्ये, असेच होत असे, असे नाही. अधिक प्रगत शाळांमध्ये - आइरिश आणि स्कॉटिश मठवासींच्या प्रभावाखाली असलेल्या - व्हर्जिलचा अभ्यास होत असे.

इ.स. ८ व्या आणि ९ व्या शतकांमध्ये ग्रीक भाषेच्या शिक्षणाचा उल्लेख येतो. मात्र यात ग्रीक भाषेबद्दलचे अत्यंत प्राथमिक स्वरूपाचे ज्ञान यापेक्षा अधिक काही होते असे दर्शविणारा आधार मिळत नाही. यास अपवाद फक्त इकडच्या-तिकडच्या मठवासींचा येतो. विशेषतः इ.स. ५ व्या आणि ६ व्या शतकांमध्ये आयर्लंडमधील मठांमध्ये ग्रीक भाषेच्या अभ्यासाकडे अधिक लक्ष दिले जात होते. लिखाणामध्ये ग्रीक लेखकांची अवतरणे येणे हा काही ग्रीक भाषेचे चांगले ज्ञान असल्याचा पुरावा होत नाही. अशा प्रकारची ग्रीक अवतरणे आरंभीच्या ख्रिस्ती आचार्यांच्या लिखाणामध्ये येतात आणि तेथून ती घेतलेली असत. इतकेच काय स्कॉट्स एरिजेनाचे ग्रीक भाषेबद्दलचे ज्ञान अगदीच मर्यादित होते. स्कॉट्स एरिजेनाचे प्लेटोबद्दलचे ज्ञान हे प्लेटोच्या लिखाणाचा जो काही लॅटिन अनुवाद झालेला होता त्यावर आधारलेले होते.

अधिक प्रगत वर्गांमध्ये गद्यात आणि पद्यात लिखित पाठ - 'डिक्टामिना' नियमितपणे दाखविले जात. अधिक प्रगत अभ्यासात छंदशास्त्राचा अभ्यास हा उच्च भाषिक क्षमता दर्शविणारा आहे असे समजले जाई.

रोमन-ग्रीक शाळांमध्ये लेखन आणि वक्तृत्व संपन्न करणाऱ्या कलाविषयाच्या अभ्यासास अधिक महत्त्व होते. ज्या प्रगत अभ्यास केंद्रामध्ये या विषयाचा अभ्यास होई तेथे सिसेरोच्या - 'रेटरिका ॲड हेरेन्निअम' याचा उपयोग केला जाई. पत्रलेखन आणि सरकारी कागदपत्रांचे मसुदा-लेखन यांचा चांगलाच सराव दिला जाई. तरूण धर्मगुरू राजदरबारामध्ये किंवा उमरावांकडे सचिवाचे काम मिळावे म्हणून पत्र-लेखनाच्या

अभ्यासाकडे लक्ष देत. महत्त्वाच्या पत्रलेखनामध्ये पुढील क्रम पाळला जात असे. १. पत्रारंभीचा अभिवादनपर मायना, २. मथळा, ३. सद्भाव, ४. निवेदन, ५. प्रार्थना, ६. शेवट (निष्कर्ष)

काही मठांमध्ये, विशेषतः ७ व्या शतकानंतर थिओडोसिअन संहितेचा त्याचप्रमाणे धार्मिक कायद्याचा अभ्यास चालू राहिलेला होता.

उच्च शिक्षण : काही वेळा माध्यमिक शिक्षणात किंवा सामान्य स्वरूपाच्या अभ्यासक्रमात तर्कशास्त्राची मूलतत्त्वे शिकविली जात. मात्र हा विषय प्रत्यक्षात तर्कविद्याशास्त्राच्या अभ्यासामध्ये शिकविला जात असे. चार पदरी गटातील अभ्यासविषय जेथे एकत्र येत तो हा विषय म्हणजे तर्कशास्त्र होय. कॅसिओडोरस, इझिडोरस, मार्टिआनुस कपेला आणि बोएथिअस यांची पुस्तके म्हणजे मध्ययुगातील उच्च शिक्षणाचा खजिनाच होय. तर्कविद्याशास्त्राचा अभ्यास या पुस्तकांव्यतिरिक्त केला जाई. इ.स. १२ व्या शतकापर्यंत, जास्तीत जास्त म्हणजे काय तर, ॲरिस्टॉटलचे 'कॅटेगरीज' आणि पॉर्फिरिची प्रस्तावना यांचे लॅटिन अनुवाद हीच काय ती तर्कविद्याशास्त्र या विषयाच्या अभ्यासाची व्याप्ती होय. आल्चुइनचा तर्कशास्त्राचा सारग्रंथ हा चांगल्या शाळांमधून अभ्यासला जात असे. इ.स. ११ व्या शतकात ऱ्हाईमच्या प्रसिद्ध शाळेत तर्कविद्याशास्त्राच्या अभ्यासाकडे अधिक लक्ष दिले जाऊ लागले; तेथे विद्यार्थ्यांमध्ये तर्कशास्त्रास अनुसरत युक्तिवाद करण्याबाबतचे सराव होऊ लागले. काही ठिकाणी, पवित्र शास्त्राच्या संदर्भात तर्कविद्याशास्त्राच्या अभ्यासास अधिक महत्त्व प्राप्त होत आहे, अशा तक्रारी होऊ लागल्या.

मध्ययुगामध्ये चार-पदरी ज्ञानमार्गाच्या विषयांना-अंकगणित, भूमिती, संगीत आणि खगोलशास्त्र - गणिताचे अभ्यास-विषय समजले जाई. शिक्षणाच्या प्राथमिक स्तरावर सर्वसाधारण स्वरूपाची आकडेमोड शिकवली जात असे. अभ्यासकाला ईस्टर आणि इतर ख्रिस्ती सण कोणत्या दिवशी येणार आहेत हे समजण्यासाठी अगदी प्रगत अंकगणित आणि खगोलशास्त्राचेही ज्ञान आवश्यक होते. अधिक हुषार विद्यार्थी बोएथिअसच्या पुस्तिकेमध्ये - 'इन्स्टिट्यूशिओ ॲरिथमेटिका' - असलेल्या अंकगणिताचा अभ्यास करत. मध्ययुगात अरबी संख्या पश्चिमेमध्ये आलेल्या नव्हत्या; त्यांच्या अभ्यासामुळे अंकगणित विषयाचा अभ्यास करणे ही गोष्ट विद्यार्थ्यांसाठी सोपी राहिलेली नव्हती. येथे बेरजेसाठी एक उदाहरण देता येईल :-

L mcmlxxxviixixs. ivd

to L mm c c c x c i x i v s. xid

ही आकडेमोड सोपी करण्याबाबतची तातडीची आवश्यकता होती. गेर्बर्टने या दिशेने प्रयत्न केले. त्याने प्राचीन गणन-फलकाचे ('ॲबकस') महत्त्व पुन्हा अधोरेखित

केले. त्याने आणि त्याच्या वारसांनी गुणाकाराच्या आणि भागाकाराच्या गुंतागुंतीच्या प्रक्रियेच्या संदर्भात बरेच काम केले.

गेर्बर्टने १ ते ९ या हिंदू-अरबी संख्यांचा उपयोग केला. आतापर्यंत पश्चिम युरोपात फक्त मुस्लिम स्पेन आणि सिसिलीमध्ये या संख्यांचा उपयोग केला जात होता. रोमन अक्षरांना संख्यांचे मूल्य होते; संख्यांसाठी वेगळी चिन्हे नव्हती. याशिवाय रोमन संख्याचे मूल्य स्थानपरत्वे नसल्यामुळे रोमन संख्यांची बेरीज करणे ही गोष्ट विद्यार्थ्यांना कठीणच जाई. उदा. [F M C M L X X X XVs Xd आणि F M M C C C L X Xs. Id.] ॲबकसच्या मदतीने उदा. ३०४ ही संख्या दाखविताना त्यातील तीन क्रमांकाची खिडकी ही शतम स्थानाच्या स्तंभात दाखविली (= ३००) जाई आणि दशमच्या स्थानाचा स्तंभ रिकामा ठेवण्यात येई (०) आणि चार क्रमांकाच्या खिडकीतून एकमस्थानचा अंक (४) दाखविण्यात येई. मात्र पश्चिम युरोपात अद्यापही शून्य (०) ही संख्या लागू झालेली नव्हती. त्यामुळे (३०४) ही संख्या लिहिताना गुंतागुंत होत असे; बऱ्याच वेळा ती (३४) म्हणून दाखविली जाई. हिंदू शून्य या संकल्पनेसाठी (संख्येसाठी) चिन्हाचा उपयोग करीत असत. अल्-खोवारिझ्मीने लिहिलेल्या पुस्तकाद्वारे हिंदू-अरबी संख्यापद्धती पश्चिम युरोपात आली. या अभ्यासास आज आपण अंकगणित म्हणतो. मात्र पश्चिम युरोपात अल्-खोवारिज्मी नावारून त्यास 'अल्गोरिझम' म्हणून ओळखले जात होते जात होते. तेथे ही संख्या-पद्धती स्थिरावण्यास वेळ लागला. इ.स. १२०२ मध्ये पिसाच्या लिओनार्डच्या ॲबकस वरील पुस्तकामध्ये या संख्यापद्धतीची शिफारस करण्यात आली. मात्र जॉन हॉलीवुडच्या 'अल्गोरिझम्स'मध्ये या संख्यापद्धतीचा उपयोग करण्यात आला आणि पुढे ती पद्धती लोकप्रिय झाली.

खगोलशास्त्राच्या अभ्यासात तारे, तारकापुंज यांची नावे आणि त्यांचे मार्ग याबद्दलचे ज्ञान असणे आवश्यक होते. संगीताचा अभ्यास बोएथिअसच्या 'बोएथिअस डी म्युझिका' यावरून केला जात असे. बोएथिअसचे हे पुस्तक पुढे एक हजार वर्षे अभ्यासक्रमात होते. इ.स. १२ व्या शतकात भूमिती आणि क्षेत्रमापन याबद्दलचा अभ्यासक्रम अगदीच प्राथमिक स्वरूपातील होता. भूमितीचा अभ्यास युक्लिडच्या चार प्रकरणांच्या पुढे गेलेला नव्हता. काही शाळांमध्ये पृथ्वीचा स्वाभाविक भूगोल आणि त्याची वैशिष्ट्ये, मानवाचे वंश आणि नैसर्गिक इतिहास याविषयीचा अभ्यासक्रम शिकवला जाई.

खगोलशास्त्र आणि अंकगणित यासारख्या विषयांचे जे ज्ञान प्राचीन जगतास माहीत होते त्याप्रमाणे त्यासारख्या ज्ञानविषयांची पुनर्रचना करणे ही गोष्ट सहज सोपी अशी नव्हती. हा प्रश्न प्राचीनांच्या पलीकडे जाण्याचा नव्हता तर फक्त जे माहीत होते ते ज्ञान आत्मसात करणे हा होता. प्राचीनांच्या नंतर जगाने जे ज्ञान गमावलेले होते त्याची प्राप्ती

करणे हे मोठे परिश्रमाचे काम होते. ११ व्या शतकामध्ये प्राचीन ज्ञानाची पुनर्प्राप्ती करणे ही मठवासी अभ्यासकांची खास अशी जबाबदारी होती अशातला हा भाग नव्हता. असे असले तरी मठवासींची दैनंदिन गरज, ज्ञान जतन करून ठेवण्याबद्दलची त्यांची तीव्र इच्छा आणि ते ज्ञान पुनर्स्थापित करण्यासाठीचे त्यांचे प्रयत्न या सर्व प्रक्रियेमध्ये सेंट बेनेडिक्टी मठातील अभ्यासकांची भूमिका विशेष महत्त्वाची राहिली.

रबानुस मौरस (इ.स. ७७६-८५०) : आल्चुइनचा हा अत्यंत हुषार आणि नावाजलेला विद्यार्थी होता. उत्तर जर्मनीमधील फुल्दाचा मठ आणि त्या मठाची शाळा प्रसिद्धीस आलेली होती; रबानुस मौरस हा या मठाचा मठाधिपती होता. फ्रॅन्कलॅन्डमध्ये (फ्रान्स) जसा आल्युइनचा प्रभाव होता तसा उत्तर जर्मनीमध्ये रबानुस मौरसचा होता. रबानुस मौरसचा ज्ञानकोश इझिडोरच्या ज्ञानकोशावर आधारलेला होता. आल्चुइनप्रमाणे त्यासही ग्रीक भाषेचे काही ज्ञान होते. रबानुस मौरसला व्याकरणापेक्षा अधिक रुची तर्कविद्याशास्त्रात होती. तो तर्कविद्याशास्त्रास शास्त्रांचे शास्त्र संबोधितो. हे शास्त्र अध्ययन कसे करावे आणि अध्यापन कसे करावे हे शिकवते असे तो म्हणतो. त्याने लिहिलेल्या धर्मगुरूंचे शिक्षण या पुस्तिकेत मन मुक्त करणाऱ्या सात कलाविषयांची माहिती देणारे प्रकरण आहे. यामध्ये तो त्या काळातील शिक्षणासंबंधी सर्व विषयांवर लिहितो.

जॉन दी स्कॉट किंवा स्कॉट्स एरिजेना : (इ.स. ८१०-८७५) राजवाड्याच्या शाळेमधील आल्चुइनचा सर्वात नावाजलेला वारस म्हणजे जॉन दी स्कॉट हा होय. इ.स. ८४५ आसपास चार्ल्स दी बाल्डने जॉन दी स्कॉटला आयर्लंडमधून बोलावून घेतले. जॉन दी स्कॉटचे ग्रीक भाषेवर चांगले प्रभुत्व होते. तो ग्रीक-धर्मशास्त्रींमध्ये चांगला अभ्यासक होता. प्लेटोच्या संवादांपैकी एक संवाद त्याला थेटपणे माहीत होता. तसेच बोएथिअसने ॲरिस्टॉटलचे केलेले अनुवादही त्याला माहीत होते. छोट्या ग्रीक तात्त्विक लेखांचे त्याने केलेले लॅटिन अनुवाद हे त्याचे महत्त्वाचे काम होय. उदा. ज्याला चुकीने डायोनिशियस दी एरोपेजाइट समजले जाई त्याच्या पुस्तिकांचे त्याने लॅटिन अनुवाद केले. या पुस्तिकांचा खरा लेखक हा इ.स. ५ व्या शतकातील ग्रीक असून त्याला आपण फक्त आभासी डायोनिशियस म्हणू शकतो. जॉन दी स्कॉट हा प्लॉटिनस आणि त्याचे वारसदार यांच्या लेखनाशी चांगला परिचित होता. त्याने 'निसर्गाचे भाग' ('ऑन द डिव्हिजन ऑफ नेचर') या विषयीच्या त्याच्या पुस्तकात नवप्लेटोवाद आणि ख्रिस्ती तत्त्वे यांची सांगड घालण्याचा प्रयत्न केला. अर्थात त्याच्या अगदीच काही समकालीन अभ्यासकांना त्याचा हा प्रयत्न समजला असू शकेल. त्याने 'द डिव्हिजन ऑफ नेचर' या त्याच्या ग्रंथात जुन्या लेखकांची मते एकत्रितपणे दिलेली तर आहेतच परंतु त्याचबरोबर काही मूलगामी विचार मांडण्याचाही प्रयत्न केलेला आहे.

येथे हे लक्षात घेतले पाहिजे की ख्रिस्ती तत्त्वांना धरून तो त्याची तात्त्विक मांडणी करीत नाही. उदा. त्याच्या दृष्टीने स्वर्ग आणि नरक ही प्रत्यक्षातली स्थळे नसून ती मनाच्या दोन परस्परविरोधी अवस्था दर्शवितात. जॉन द स्कॉटला पवित्र-शास्त्राचा अधिकार मान्य असला आणि त्याने त्यातील विचारांच्या अधिकाराची वैधता मान्य केलेली असली तरी त्याने बुद्धिप्रामाण्यावरही त्याचप्रमाणात भर दिलेला आढळतो. ज्या अधिकारास खऱ्या प्रज्ञेची मान्यता नाही तो दुर्बळ आढळतो असे मत तो व्यक्त करतो. त्याने ग्रीक भाषेच्या अभ्यासाला प्रोत्साहन दिले. पाखंडी लेखकांबाबतचा त्याचा दृष्टिकोन अधिक उदारमतवादी होता. त्याने मठांमधील निधर्मी शिक्षणात कपेलाच्या पुस्तकांना प्रमुख पाठ्यपुस्तकांचे स्थान दिले. त्याने तर्कविद्याशास्त्राच्या अभ्यासावर अधिक भर दिला आणि ख्रिस्ती धर्मशास्त्रातील ईश्वरशास्त्रीय प्रश्नांच्या चर्चेला उत्तेजन दिले.

अख्रिस्ती साहित्याबद्दलचा दृष्टिकोन आणि वाचन मानसिकता

मन मुक्त करणाऱ्या सात कलाविषयांचा आशय लक्षात घेतल्याशिवाय त्यातील ज्ञानाचा विस्तार आणि त्याचे मूल्य यासंबंधी अनुमान बांधणे शक्य होणार नाही. उदा. भूमितीमध्ये नेहमीच भूगोलाच्या मूलभूत गोष्टींचा; खगोलशास्त्रात पदार्थविज्ञानाचा; व्याकरणात साहित्याचा; आणि लेखन आणि वक्तृत्व संपन्न करणाऱ्या कलाविषयात इतिहास यांचा अंतर्भाव होत असे. व्याकरणाच्या अभ्यासात किंवा लेखन आणि वक्तृत्व संपन्न करणाऱ्या कलेच्या अभ्यासात प्राचीनांच्या साहित्यास कितपत जागा होती याबद्दल वेगवेगळ्या प्रकारची उत्तरे दिली जातात. त्यामुळेच याबद्दल नेमकेपणाने काही सांगणे फारच कठीण आहे. इझिडोर आणि कॅसिओडोरस यांना ग्रीक माहीत होते आणि त्यांच्याकडे स्वतःजवळ ग्रीक अभिजात ग्रंथांचा छोटेखानी संग्रहही होता. परंतु त्यानंतरच्या शतकात पश्चिम युरोपातून ग्रीक भाषेचे ज्ञान जवळ जवळ संपुष्टात आले. असे समजले जाते की मध्ययुगात ब्रिटिश बेटांवरील केल्टिक मठवासींनी ग्रीक भाषेचा अभ्यास चालू ठेवलेला होता. या बेटांवर ग्रीक भाषेचा अभ्यास होत असला तरी अशा स्वरूपाची उदाहरणे अगदीच दुर्मीळ होत. आल्कुइनला ग्रीक भाषेचे काही ज्ञान होते आणि ग्रीक साहित्याबद्दलचे अगदीच कमी ज्ञान होते. लॅटिन अनुवादांमधून किंवा काही सारांशामधून किंवा विस्तारित संदर्भांद्वारा बोएथिअससारख्या लेखकांच्या लिखाणामध्ये ग्रीक साहित्याबद्दलचे जे अप्रत्यक्ष स्वरूपाचे ज्ञान येते ते अगदी असमाधानकारक असते.

हीच गोष्ट लॅटिन साहित्याबाबतची आहे. व्हर्जिल आणि सिसेरो यांचे काही लिखाण चांगले प्रसिद्ध होते. मठांकडे असलेल्या पुस्तक-संग्रहात अभिजात लेखकांच्या ग्रंथांची संख्या अगदीच अल्प होती. आल्कुइनने दिलेल्या यॉर्कच्या ग्रंथालयातील पुस्तकांच्या

यादीत ॲरिस्टॉटल, सिसेरो, व्हर्जिल, प्लिनी, लॅक्टानशिअस, लकान, बोएथिअस, डोनाटस, प्रिस्किअन, त्याबरोबरच महत्त्वाच्या सर्व ख्रिस्ती आचार्यांचे लिखाण आणि इतर कमी महत्त्वाचे लॅटिन लेखक येतात. इ.स. ८ व्या शतकामध्ये फ्रान्स किंवा इंग्लंडमधील अन्य दुसऱ्या कोणत्याही ग्रंथालयापेक्षा यॉर्कमधील हे ग्रंथालय अधिक मोठे होते. इ.स. १० व्या आणि ११ व्या शतकांमध्ये सेंट गाल येथील मठाच्या शाळेमध्ये पाखंडी साहित्याचा उपयोग केला जात होता. मठांकडील नोंदींमध्ये अभिजात ग्रंथांबाबतच्या ज्या नोंदी आढळतात त्यामध्ये सामान्यतः व्हर्जिल, ओव्हिड आणि सिसेरो यांच्या बाबतच्या नोंदी वारंवार आढळतात. असे असले तरी मध्ययुगात पाखंडी साहित्याबद्दलचा दृष्टिकोन मात्र स्पष्टपणे प्रतिकूल वाटतो.

अख्रिस्ती साहित्याच्या वाचनामुळे होणारे प्रदूषण हे ख्रिस्ती श्रद्धेला धोकादायक आहे असे चर्चला वाटत होते. सेंट जेरॉम, ग्रेगरी द ग्रेट, सेंट ऑगस्टीन इत्यादींच्या अभिजात साहित्याबद्दलच्या भूमिका अनुकूल स्वरूपाच्या नव्हत्या. सेव्हिलेचा बिशप धर्मगुरूंना उपदेश करताना सांगतो : "पाखंडी व्यक्तींच्या आणि यहुदीतरींच्या पुस्तक वाचनापासून सावधानता बाळगावी. त्यांच्या सिद्धान्तांची माहिती करून घेऊन प्रमादांच्या जाळ्यात अडकण्यापेक्षा त्यांच्या अनिष्टकारक सिद्धान्तांबाबत त्याने अनभिज्ञ असणे चांगले." पुढे आल्चुइनने अभिजात साहित्याबद्दलची हीच प्रतिकूल भूमिका मांडली. आल्चुइन टुर्स येथील विद्यार्थ्यांना सांगतो : "पवित्र शास्त्राचे रचनाकर्ते कवी तुम्हास पुरेसे आहेत; व्हर्जिलच्या काळातील वैपुल्याच्या अतिरेकाबरोबर तुम्ही तुमचे मन का कलंकित करावे, याचे काही कारण नाही." इ.स. १२ व्या शतकातील पीटर दी व्हेनरेबल मठवासींबद्दल म्हणतो, "पाहा, आता प्लेटोच्या अभ्यासाशिवाय, अकादमीच्या वादविवादाशिवाय, ॲरिस्टॉटलच्या गहनतेशिवाय, तत्त्ववेत्यांनी प्रतिपादन केलेल्या मूल्यांशिवाय, आनंदाचे स्थान आणि मार्ग मिळालेला आहे. तुम्ही शाळेकडून शाळेकडे पळता, अध्यापन करण्यासाठी किंवा तुम्हाला शिकविले जावे यासाठी तुम्ही परिश्रम का करता? तुम्ही कमी श्रमात, साध्या भाषेमध्ये जे काही प्राप्त करू शकता त्यासाठी तुम्ही हजारो शब्दांमधून आणि प्रचंड परिश्रमांद्वारा शेवटपर्यंत शोधत असता, ते तसे का? तुम्ही निरर्थकपणे अभ्यास, विनोदी नटाबरोबर मोठ्याने का म्हणत असता? शोकपर्यवसानी नाटकातील नटाबरोबर विलाप का करता? छंदोबद्ध रचनाकर्त्यांबरोबर खेळत का बसता? कवींबरोबर का फसत आहात आणि तत्त्ववेत्यांबरोबर का फसलात? ज्याविषयी तुम्ही आता इतके परिश्रम घेत आहात ते प्रत्यक्षात तत्त्वज्ञान नाही परंतु - कोणाचाही अवमान न करता म्हणावयाचे असेल तर - त्यास काहीसा मूर्खपणा म्हणावा का?"

सर्व मठांच्या संघटनामध्ये शांतता राखण्यासंबंधी बजावले जाते. एखादी इच्छा

दर्शविण्यासाठी क्लुनी मठात नेहमीच खुणांचा उपयोग केला जाई. उदा. धार्मिक पुस्तक हवे असेल तर हाताचा तळहात पुढे नेला जाई आणि त्यानंतर पुस्तकाची पाने पलटवण्याची नक्कल-कृती केली जाई. परंतु जर एखाद्या अभिजात ग्रंथकाराच्या ग्रंथाची प्रत पाहिजे असेल तर कुत्रा त्याचे कान खाजवताना जी हालचाल करतो तशी कृती केली जाई. अगदी सर्वत्र आढळणारा व्हर्जिलबाबतचा दृष्टिकोन हा खरोखरच अर्थपूर्ण आहे. मध्ययुगात वाचले जाणारे जे काही प्राचीन लेखक होते त्यामधील एक अत्यंत प्रसिद्ध आणि अत्यंत भुरळ पाडणारा लेखक म्हणजे व्हर्जिल होय. व्हर्जिल हा सैतानाच्या अत्यंत मर्जीतील असून तो जगातील सर्व भुरळ घालणाऱ्या गोष्टी आणि कावे यांचा प्रतिनिधी आहे असे त्याचे असे चित्रण सर्वत्र केलेले आढळते.

सर्जनशीलतेचा हेतू बाजूला ठेवून लोक जेव्हा वाचन करतात तेव्हा त्यापाठीमागे त्यांचा काय हेतू असू शकतो हे पाहणे तशी सोपी गोष्ट नाही. क्लुनी येथील मठामधील खालील उदाहरण बरेच काही सांगून जाते. इ.स. १०४० मध्ये क्लुनी येथील मठाच्या ग्रंथालयातील ग्रंथांची एक यादी तयार करण्यात आली. मठवासींनी वाचनासाठी ग्रंथांची केलेली निवड याप्रमाणे होती :- मठवासींना पुस्तके देण्यात आली त्या दिवशी मठवासींची संख्या ६४ होती. या ६४ मठवासींपैकी २२ मठवासींनी आरंभीच्या ख्रिस्ती आचार्यांच्या लिखाणाची निवड केली. उदा. सेंट ऑगस्टीनने पवित्र गीतांवर किंवा ख्रिस्ती अध्ययनासंबंधी केलेले लेखन, सेन्ट जेरॉमचे प्रेषितांवरील लेखन किंवा सेंट ग्रेगरीचे एझिकेलवरील लेखन इ.

१२ मठवासींनी कारोलिन्गियन काळातील अभ्यासकांनी बायबलच्या विविध भागांवर केलेल्या भाष्यांची निवड केली. उदा. रबानुस मौरस, हायमो, रेमिजिअस इ.

११ मठवासींनी मठामधील शिस्त, संतांची किंवा हुतात्म्यांची चरित्रे किंवा वाळवंटी प्रदेशातील ख्रिस्ती आचार्यांचे लेखन यांची निवड केली.

उर्वरित मठवासींनी (१९) बेडे, ओरोसिअस, यूझेबिअस यांनी केलेल्या धार्मिक इतिहास-लेखनाची निवड केली. यातील फक्त एका मठवासीने लिव्हीची निवड केली.

पुस्तके घेतली जात म्हणजे ती वाचली जातच असत असे मात्र नव्हे. ही यादी वेगळ्या प्रकारची आहे. नंतरच्या याद्यांमध्ये कायद्याची पुस्तके आढळतात. मात्र यावरील यादीवरून इ.स. ११ व्या शतकातील मठवासींचे मानस कळते आणि त्यांचा धार्मिक वाचनाकडील कल स्पष्ट होतो.

विद्यार्थ्यांना अत्यंत उच्चतम स्थानी असलेला पवित्र ग्रंथ आणि आरंभीच्या आचार्यांचे लिखाण, यांच्या अभ्यासाकडे नेणे हा संपूर्ण शिक्षणप्रक्रियेचा एक प्रमुख उद्देश होता. इ.स. ६०० ते इ.स. १००० या काळात शैक्षणिक अभ्यासक्रम म्हणून चार

पदरी ज्ञानमार्गास ग्रहण लागलेले होते. या चारपदरी ज्ञानमार्गाच्या गटातील विषयांचा अभ्यास पूर्णतः वगळला गेलेला होता किंवा प्रत्यक्षात या गटातील विषयांचा अभ्यास अगदी थोडक्यात साधेपणाने हाताळला जात असे. तीनपदरी ज्ञानमार्गाच्या विषयांपैकी तर्कविद्याशास्त्र हा विषय वगळण्यात आलेला होता. किंवा त्या विषयाकडे एक बौद्धिक विद्याशाखा म्हणून न पाहता काहीसे एक स्मरणशक्तीचे कार्य अशीच त्याबाबतची दृष्टी होती. मथितार्थ असा की व्याकरण आणि लेखन व वक्तृत्व संपन्न करणारी कला या दोन विषयांच्या अभ्यासास शुद्ध वाङ्मयीन शिक्षण म्हणून, प्राधान्यस्थान मिळाले. त्यामुळे आपणास असे दिसते की मध्ययुगातील सर्व विशेष उल्लेखनीय लेखक आणि शिक्षक यांनी आपली प्रतिभा इतिहास लेखनासाठी किंवा पद्यरचना करण्यासाठी किंवा व्याकरणावरील लिखाणासाठी उपयोगात आणली. ज्यांनी धर्मशास्त्रावर लेखन केले त्यांचे ते लिखाण वाङ्मयीन अंगानेच झाले. इतिहासकार, कवी आणि 'ह्युमॅनिस्ट्स' यांची वाङ्मयीन पार्श्वभूमी ही विकसित झालेल्या व्याकरण आणि लेखन व वक्तृत्व संपन्न करणारी कला या दोन विषयांच्या अभ्यासापासून येते. पुनरुज्जीवित तर्कविद्याशास्त्राच्या अभ्यासातून तत्त्वज्ञान आणि तात्त्विक धर्मशास्त्र (धर्मशास्त्राचे तत्त्वज्ञान) हे विषय पुढे येतात.

इझिडोर, बेडे आणि त्यांचे काम चालू ठेवणाऱ्यांच्या ज्ञानकोशामधील ज्ञानाच्या विकासात मध्ययुगातील विज्ञान होते. त्यानंतर त्यात अरबी ग्रंथांनी आणि ॲरिस्टॉटलच्या ग्रंथांनी भर घातली. कारोलिन्गियन काळात तर्कविद्याशास्त्राला अगदीच कमी महत्त्व होते आणि त्याचे ते स्थान जाऊन त्यास व्याकरण आणि लेखन व वक्तृत्व संपन्न करणारी कला यामध्ये स्थान मिळाले. इ.स. ११ व्या शतकात तर्कविद्याशास्त्रास त्याचे योग्य ते स्थान परत मिळाले. इ.स. १२ व्या शतकात तर्कविद्याशास्त्राच्या अभ्यासात ॲरिस्टॉटलच्या तत्त्वज्ञानावरील सर्व ग्रंथसंग्रहाची भर पडली आणि तर्कविद्याशास्त्राचा मोठ्या प्रमाणावर विकास झाला. लेखन आणि वक्तृत्व संपन्न करणारी कला या विषयाच्या अभ्यासापासून तर्कविद्याशास्त्राच्या अभ्यासाकडे जो कल वाढत जाऊ लागला त्यास अभ्यासक युरोपातील सांस्कृतिक क्रांतीचा दर्शक मानतात.

मन मुक्त करणाऱ्या सात कला विषयांच्या अभ्यासक्रमाच्या मर्यादा :

मन मुक्त करणाऱ्या सात कलाविषयांचा अभ्यासक्रम हा प्रारंभिक अभ्यासक्रम समजला जाई. तत्त्वज्ञानाच्या अभ्यासाकडे जाण्यापूर्वी या प्रारंभिक अभ्यासक्रमाच्या विषयांवर प्रभुत्व संपादन करणे आवश्यक होते. पश्चिमेकडील रोमन साम्राज्य संपुष्टात आल्यानंतर या प्रारंभिक अभ्यासक्रमाचे कार्यही संपुष्टात आले आणि त्याबरोबर निधर्मी

लॅटिन शिक्षणाचेही. त्यानंतरच्या काळात तत्त्वज्ञान विषयावरील लॅटिनमधील संहिता अगदीच थोड्या उपलब्ध होत्या; जवळ जवळ नाहीच. याचाच अर्थ असा की ज्यास तत्त्वज्ञान म्हणता येईल त्यात नैसर्गिक तत्त्वज्ञानाचाही अंतर्भाव होता आणि त्यास वगळले गेलेले होते. नैसर्गिक तत्त्वज्ञानाच्या अभ्यासात भौतिकशास्त्र आणि तत्त्वज्ञान यांचा अभ्यास होत असे; ॲरिस्टॉटलला या दोन्ही विषयांमध्ये रुची होती आणि या दोन्ही विषयांचा अभ्यास वगळला गेलेला होता. किमयाशास्त्रही वगळले गेले. संपूर्ण मध्ययुगात पवित्र ग्रंथांचे अर्थातच वाचन होत असे आणि ते ही परिश्रमपूर्वक. मात्र त्यास अभ्यासक्रमाचे स्वरूप प्राप्त झालेले नव्हते. विद्यापीठांच्या उदयानंतर धर्मशास्त्राच्या अभ्यासास विद्यापीठीय अभ्यासविषय म्हणून स्वरूप प्राप्त झाले; इ.स. १२१५ मध्ये पॅरिस विद्यापीठाच्या पहिल्या कायद्यात त्याचा अंतर्भाव करण्यात आला.

इ.स. ५०० ते १५०० या काळात मन मुक्त करणाऱ्या सात विषयांच्या अभ्यासक्रमामधून वगळल्या गेलेल्या काही महत्त्वाच्या विषयांचा उल्लेख करता येईल. या अभ्यासक्रमात इतिहास विषयास स्थान नव्हते; फक्त व्याकरणाच्या वर्गात जे लेखक प्रासंगिक वाचले जावयाचे ते म्हणजे सॅल्लुस्ट, लिव्ही, सीझर आणि ओरोसिअस. अभ्यासक्रमात कायद्याच्या विषयाचा अभ्यास नव्हता; वास्तविक पाहता रोमन कायदा प्रसिद्ध होता आणि तो वगळला जाणे ही विशेष गोष्ट होती. ज्यूंच्या शिक्षणामध्ये मात्र कायद्याच्या अभ्यासाचा (तोराह) अंतर्भाव होता.

आधुनिक दृष्टिकोनातून विचार करता यंत्रशास्त्राच्या कलेच्या अभ्यासास स्थान नसणे ही आश्चर्याची बाब होती. वास्तविक पाहता सेंट व्हिक्टरच्या ह्यूऽने (इ.स. १०९६ ते ११४१) यंत्रशास्त्राचे महत्त्व सांगितलेले होते. रॉबर्ट किलबर्डबायने यात सुधारणा करून त्यात कापड तयार करणे, मातीची भांडी बनविण्याची कला, सुतारकाम, धातू शुद्ध करण्याची कला, वास्तुविज्ञान, खाणकामाचे शास्त्र आणि स्थापत्यशास्त्र, व्यापार आणि नौकानयन, शेती, पाककला, शिकारीची कला, वैद्यकशास्त्र आणि नाट्यकला यांचा अंतर्भाव केला. यातील बरेचसे विषय हे हस्तकलाकौशल्याशी संबंधित आहेत. व्यावसायिकांच्या संघटनांच्या प्रभावाखाली स्थापत्यशास्त्र आणि नौकानयनशास्त्र हे विषय होते. याचाच अर्थ असा की हे विषय मन मुक्त करणाऱ्या कलाविषयांपासून बाजूला ठेवले गेलेले होते. विद्यापीठांचा उदय झाल्यानंतरही त्यांचा उच्च शिक्षणामध्ये समावेश झालेला नव्हता. मात्र विद्यापीठांच्या उदयामुळे कायदा, वैद्यकशास्त्र आणि धर्मशास्त्र या विषयांना वेगळा दर्जा मिळाला. विशेष असे की इ.स. ७ व्या शतकातील सेव्हिलेच्या इझिडोरच्या लॅटिन ज्ञानकोशामध्ये त्यांना स्थान नव्हते. या ज्ञानकोशात पहिली तीन प्रकरणे व्याकरण, लेखन आणि वक्तृत्व संपन्न करणारी कला, तर्कविद्याशास्त्र यासाठी

दिलेली आहेत तर नंतरच्या तीन प्रकरणांमध्ये कायदा, वैद्यकशास्त्र आणि धर्मशास्त्र यांचे तपशीलवार वर्णन केलेले नाहीं; ते नाममात्र स्वरूपाचे उल्लेख आहेत.

इ.स. पहिल्या सहस्रकातील शैक्षणिक अभ्यासक्रम हा भाषाभिमुख होता. त्यात व्याकरण, लेखन आणि वक्तृत्व संपन्न करणारी कला तसेच तर्कविद्याशास्त्र हे विषय केंद्रस्थानी होते. हे सर्व विषय लॅटिन भाषेशी आणि फक्त लॅटिन भाषेशी संबंधित होते. परदेशी भाषांच्या शिक्षणाचा त्यात अंतर्भाव नव्हता; युरोपातील प्रादेशिक भाषांना - त्या त्या प्रदेशात लोकांच्या घरी बोलल्या जाणाऱ्या भाषा - क्वचितच मान्यता होती. कारोलिन्गियन काळातील आल्चुइनच्या सुधारणांमुळे, प्रदेशागत बदलल्या जाणाऱ्या शब्दोच्चाराच्या शैलीचा परिणाम, लॅटिनमध्ये आपले विचार मांडण्याच्या अभ्यासकांच्या क्षमतेवर झाला नाही; ते आपले विचार दुसऱ्यापर्यंत पोचवू शकत होते. विशेष म्हणजे प्रारंभापासून सर्व पुस्तके लॅटिनमध्येच लिहिलेली होती. स्वाभाविकपणे या पुस्तकांच्या हस्तलिखित प्रतींची संख्या दुर्मीळ असणे अटळ होते. लॅटिन भाषेला अपरवर्तिनीय स्वरूप प्राप्त झालेले होते; ते अत्यंत नियमबद्ध आणि सुव्यवस्थित होते. मात्र लॅटिन भाषेला जे स्वरूप प्राप्त झालेले होते त्यामुळे ती तशी घरी बोलली जात नव्हती. सर्वसामान्यपणे विद्यार्थ्यास लॅटिन भाषा आत्मसात करणे ही गोष्ट अत्यंत कठीण झालेली होती. वर्गातील विद्यार्थ्यांचे लॅटिन भाषेचे शिक्षण हे शिक्षेशिवाय पुढे जात नव्हते. इसवीसनाच्या पहिल्या सहस्रकाच्या अखेरपर्यंत जवळ जवळ संपूर्ण युरोपभर लॅटिनचे शिक्षण याच प्रकारचे होते. लॅटिन भाषा कृत्रिमरीत्या जतन करून ठेवली गेलेली होती. जे काही सर्व शिकवले जात होते ते सर्व काही लॅटिन भाषेमध्येच होते. लॅटिन भाषेतील साहित्याने समकालीन ज्ञानाच्या मर्यादा निश्चित केलेल्या होत्या. भाषांतराचे युग सुरू होईपर्यंत, लॅटिन भाषेच्या मर्यादा या अगदी अक्षरशः पश्चिमी बौद्धिक जगताच्या मर्यादा होत्या.

आधार ग्रंथ

1. Bolgar, R. R., *The Classical Heritage And Its Beneficiaires*, rpt. Cambridge : Cambridge University Press, 1973.

2. D'Epiro, Peter, *The Book of Firsts*, New York : A Division of Random House, Inc., Anchor Books, 2010

3. Haskins, C.H., *The Renaissance of the 12th century,* 13th ed., Cleveland : The World Publishing Company, 1968.

4. Haskins, C.H., *The Rise of Universities,* 1st ed., 1923., New York : Cornell University Publication, 1965.

5. Holmes, George, *Europe Hierarchy and Revolt 1320-1450,* London : Collins Publishing Group, Fontana History of Europe, 5th impression, 1988.

6. Knowles, David, *The Evolution of Medieval Thought,* 2nd ed., ed. D.E. Luscombe and C.N.L. Brooke, London : Longman Group Limited, 1988.

7. Laurie, Simon, Somerville *The Rise and Early Constitution of Universities,* New York : D. Appleton and Company, 1907.

8. Monroe, Paul, *A Text-Book in the History of Education,* New York : The Macmillan Company, 1905.

9. Morrall, J.B., *The Medieval Imprint* The Founding of the Western European Tradition, New York : Basic Books, Inc., Puclishers, 1967.

10. Ostler, Nicholas, *AD Infinitum (A Biography of Latin)*, New York : Walker and Company, 2007.

11. Painter, F. V. N., *A History of Education*, New York : D. Appleton and Company, 1899.

12. Rait, Rocert, S., *Life in the Medieval University,* ebook created with streetlib (http:// write. strcetlib. com)

13. Rashdall, Hastings, *The Universities of Europe in the Middle Ages,* Vol. 1 : Salerno, Bologna, Paris, 1st ed. Oxford 1895, New York : Cambridge University Press Puclication, 2010

14. Rogers, Perry M., ed., *Aspects of Western Civilization Problems and sources in History.* Vol. 1, New Jersey; Prentice Hall ed. 1997 vol. 1, New jersey : Prentice Hall, 3rd ed. 1997.

15. Rowling, Marjorie, *Life in Medieval Times,* New York : A Perigee Book, G . P. Putnam's Sons, 1979.

16. Rundle, David, Gen. Ed., The Hutchinson Excyclopedia of the Renaissance, Onford : Helicon Publishing Ltd., 1999

17. Southern, R. W., *The Making of the Middle Ages*, London : Hutchinson's University Library, 1953.

18. Stephenson, Carl, *Medieval History,* Washington D.C.: Harper and Brothers, 1943. [War Department Educational Manual. E.M 240]

19. Strayer, J. R. and Munro, D.C., *The Middle Ages 395-1500*, New York : Appleton - Century Company, 1942.

20. Thompson, J.W and Johnson E.N., *An Introduction to Medieval Europe 300-1500,* New York : W.W. Norton and Company, Inc., 1965.

विशेषनामे आणि इतर काही शब्दांचे इंग्रजी वर्ण

abacus
Abaelard
Abraham ben Ezra
Accursius
Ad Herennium
Adelard of Bath
Adelard of Bath
Aegidius
AESop
Agrimensores
al - Battani
Al - Farabi
Al - Fargani
Al - Istakhri
al - Khwarizmi
Al - Masudi
Al - Zarkali
Al Bitrogi
Al Khowarizmi
al kindi
Alaric II
Alberic of Reims
Albertus Magnus
Albumasar
Alcuin
Alestan
Alfonso X
Algorism

Algorism
Algorismus
Ali - ben - Abbas
Almagest
Almansor Of Rhazes
Amalfi
Ambrose
Ammianns Marcellinus
Anselm of Aosta
Antioch
antiquus Donatus
Aphorisms
Aphorisms of Hippocrates
Aphorisms of Hippocrates
Apollo
Apuleius
Apulia
Aramaic
Archbishop Raymond
Archdeacon
Archimedes
Aristippus of Catania
Arras
Ars Major
Ars Minor
Astrolabe
Auditor
Augustine
Aurillac

Averroes

Averroës

Avicenna

Baccalaureate

Balliol, Merton

Barbarismus of Donatus

Barcelona

Bartholomew

Basil

Basilian

Bayeux

Bec

Beirut

Beneventan

Bernard of chartres

Bernard silvester

Beziers

Birettatio

Bobbio

Boethius

Bologna

Bolonia docta

Bononia docet

Bononia mater studiorum

Botticelli

Brocardica

Bulgarus

Burchard of worms

Burgundio the Pisan

Cairo

Calabria

Canon of Avicenna

Canon of Avicenna

Canterbury

Cantus

Carolingian

Carthage

Cassiodorus

Category

Cathedra

Cato

Cato

Catoptrics

Causae

Centiloquium

Chalcidius

Chaldee

Chartres

Chaucer

Chrysostom

Cicero

Cicero

Cistercians

Citramontani

Civitas Hippocratica

Cluni

Colet

Collegium

Cologne

Columella

Columella

Commencement

Concord of discordant Canons

Corbie

Corbie

Cordoba

Corpus Juris Canonichi

Corpus Juris Civilis

Cracow

Cumpoz

Cupid

Data

David of Dinant
De Anima
De anima
De Anima
De animalibus
De Animalibus
De Caelo
De Caelo et Mundo
De Divisione Naturae
De generatione
De Generatione
De Interpretatione
De interpretatione
De memoria et Reminiscentia
De Morte et vita
De motu
De Natura Deorum
De Nuptis Philologiae et Mercurii
de orator
De Oratore
De plantis
De Sensu et Sensato
De Somno et Vigilia
Decretals
Decretum
Decretum of Gratian
Determination
Dictamen
dictamina
Differentia Spiritus et Animae
Diogenes
Dionysius the Areopagite
Dionysius the Little
Distinctiones
Doctor Utriusque Juris (J.U.D)
Dominicus Gondi salvi

Donates
Donatus
Donatus Graecorum
Eclogues
Edrisi
Ehymologiae Sive Origines
Einhard
Elect of Liege
Elenchi
Engelbert of Orleans
Erigena
Euclid
Euclids Elements
Eugene the Emir
Eugene The Emir
Eusebius
Ezekiel
False Capitularies
False Decretals
Ferrieres
Fluery
Frederick Barbarossa
Frederick II
Fulbert
Fulda
Galen
Galens Liber Tegni
Galippus
Gariopontus
Gerard of Cremona
Gerbert
Gerbert
Gervase
Ghent
Gilbert de la porree
Gilbert de la porree

Giraldus Cambrensis

Glastonbury

Glossators

Gratian

Gratians Decretum

Gregory

Gregory Nazianzen

Haimo

Heidelberg

Helperic

Henricus Aristippus

Hermann of Carinthia

Hermann the German

Hermes and Thoth

Herodotus

Hildebert of Le mans

Hildeger

Hildesheim

Hilduin

Hippocrates

Hirschau

Historia scholastica

Honorius III

Horace

Hugh of orleans

Hugh of Santalla

Hugh of st. Victor

Hugo de porta of Ravenna

Ibn - Hauqual

Iliad

Inception

Inception

Inferno

Innocent III

Institutio Oratoria

Institutio, Arithmetica

Irnerius

Isaac the jew

Isagoge

Isagoge

Isidore of seville

Isiodores Etymologies

Ivo of chartres

Jacobus de voragine

Jerome

John Holywood

john of Salisbury

John of Seville

John the scot

Josephus

Jupiter

Jus ubique docendi

Justinian

Juvenal

Juvencus

Lactantius

Lambert

Lanfranc

Laon

Le Mans

Leipzig

Leon

Leonard of Pisa

Leonard of Pisa

Leviathan

Lex Romana Visigothorum

Liber Abaci

Liber de causis

Liber de ratione Temporum

Liber Floridus

Liber the temporibus

Licentia docendi

Liege	Naples
Lorraine	Narbonne
Lorraine	Nemesius
Lorsch	Nestorian
Lorsch	Nicolas
Lothair	Nicomachean Ethics
Lucan	Nigel wireker
Luxeuil	Notaria
Macrobius	Notre Dame
Maimonides	Novara
Majuscule	Odofredus
Malmesbury	Odulf
Manfred	of the Rhine
Marseilles	Optics
Martianus Capella	Ordericus
Martianus Capella	Organon
Martinus Gosia	Ostrogothic
Maslama	Ovid
Master Andrew	Padua
Master Vacarius	Palencia
Meno	Pamplona
Messahala	Panormia
Metalogicus	Pantegni
Metaphysica	Papinian
Meteorology	Parva naturalia
Meterorica	Pavia
Michael scot	Pavia
Michael scot	Pepo
Milan	Persius
Minuscule	Peter comestor
Monte Cassino	Peter Damian
Montpellier	Peter Lombard
Moses of Bergamo	Peter Lombard
Mozarabs	Peter Riga of Rheims
Mozaradb	Petrus Alphonsi
Musica	Phaedo

Philip Augustus
Philip Augustus
Philip of Tripoli
Philippe de Thaon
Physica
Picard
Placet
Plato of Trivoli
Poitiers
porphyry
Porretanus
Possionarius
Posterior Analytics
Practica Chirurgiae
Prague
Priscian
Proclus
Proctor
Prognostica
Provost
Prudentius
Pseudo Dionysius
Psycha
Ptolemy
Puncta
Punctum
Pyrenees
Pythagor
Quadripartitum
Quintilian
Rabanus Maurus
Rabanus Maurus
Rashdall
Ravenna
Reginald of Tours
Reginbald of Cologne

Remigius
Responsions
Rheims
Rhetorica ad Herennium
Richard Evëque
Rober de sorbon
Robert of Chester
Robert of Chester
Robert of Melun
Robert Pulleyn
Roger Frugardi
Rojer
Rolandinus
Roscellinus
Rudolf of Bruges
Ruprecht I, Elector Palatine
S. Gildas
Saint - Bertin
Saint - Omer
Saint Victor
Sainte Genevieve
Salamanca
San Felice of Bologna
Savasorda
Scipionic Age
Scriptoria
Sedulius
Segovia
Sens
Sentences
Seutonius
Sic et non
Sic et non
Sicily
Siene
Simon of Poissy